இராணுவத்திற்கு போவோம் வாருங்கள்

ஜே. பாபு ஜேக் சிங்

"இராணுவத்திற்கு போவோம் வாருங்கள்" என்கிற இப்புத்தகத்தினை,

என்னை ஒர் ஆவிக்குரிய தாய்க்கும், சுவிசேஷ ஊழியம் செய்து வெற்றியுள்ள ஓட்டத்தை முடித்த என் தகப்பனுக்கும், ஜெநிப்பித்த தேவாதி தேவனுக்கே சமர்ப்பிக்கிறேன்.

இந்தப் புத்தகத்தால் வரும் துதி, கனம், மகிமை எல்லாம் என் கர்த்தாதி கர்த்தருக்கும், தேவாதி தேவனுக்கே செலுத்துகிறேன்.

பொருளடக்கம்

பொருளடக்கம்

முன்னுரை

ஆண்டவராகிய இயேசு கிறிஸ்துவின் இனிய நாமத்தில் வாழ்த்துக்கள்!

கடந்த 30 ஆண்டுகளுக்கு மேலாக கர்த்தருடைய சுவி-சேஷ பணியை வெற்றியுடன் நிறைவேற்ற கிருபை செய்த தேவனுக்கு ஸ்தோத்திரம்.

"இலவசமாய் பெற்றீர்கள், இலவசமாய் கொடுங்கள்" என்ற கொள்கையோடு, இன்றளவும் நடத்திக் கொண்டு வந்த தேவன், என்னை கடந்த நாட்களில், நடத்திக் கொண்டு வந்த பாதையின் விளைவாகத்தான், உங்கள் கைகளில் தவழுகின்ற இந்த "இராணுவத்திற்கு போவோம் வாருங்கள்" என்கிற புத்தகம்.

பரிசுத்த ஆவியானவரின் பலத்தோடும், ஜெபத்தோடும் கர்த்தருடைய வார்த்தையை உறுதியோடு எழுதியுள்ளேன். வாசிக்கின்ற உங்களை, தேவன் நிச்சயமாய் ஒரு நல்ல போர் சேவகனாய் மாற்றுவாராக!

மதிப்புரை

"இராணுவத்திற்கு போவோம் வாருங்கள்" என்ற இந்த சிறிய புத்தகம் அநேகரை தேவனின் சேனையில் சேர்த்திடும் என்பதில் ஐயமில்லை.

உலர்ந்து கிடைக்கிற எலும்புகளை உயிர்ப்பித்து, கர்த்தருடைய பட்டயத்தை மாத்திரம் பிடித்து, கிதியோனின் சேனையாக ஆவிக்குரிய யுத்தத்தில் வெற்றி பெறச் செய்யும் என்பதில் சந்தேகம் இல்லை.

ஆழமான அனுபவங்களுடன் ஆழமான சத்தியங்களுடன் எழுதப்பட்ட இந்த புத்தகம், கிறிஸ்தவ வட்டாரத்தில் ஒரு பெரிய எழுப்புதலை நிச்சயம் உண்டாக்கும்.

சிறுவயதிலிருந்தே கர்த்தருக்கு வைராக்கியமாக வாழ்ந்து வருகிற, ஊழியம் செய்து வருகிற, திரு. பாபு ஜேக் சங் அவர்களின் ஊழியத்தினால் அநேக சவுல்கள் பவுல்களாக மாறி இருக்கின்றனர்.

இவர் ஒரு சிறந்த மன்றாட்டு ஜெப வீரன். உலகத்தோடு ஒத்து போகாத தேவ மனுஷன். ஊழியங்கள் வளர வாழ்த்துகிறேன்.

Rev.Dr.L.ஜோசப் பாண்டியன்,
மீண்டும் ஏதேனும் ஊழியங்கள்,
கோயம்புத்தூர்- 641006
soulcareindia@gmail.com

நன்றி

இந்த புத்தகம் வெளிவர உதவி செய்த தேவாதி தேவனுக்கு என் முதல் கண் நன்றி.

> " என் பிள்ளைகள் சத்தியத்திலே நடக்கிறார்கள் என்று
> நான் கேள்விப்படுகிற சந்தோஷத்திலும் அதிகமான
> சந்தோஷம் எனக்கு இல்லை.
>
> 3 யோவான் 1:4 "

என்று உலக சந்தோஷத்தை வெறுத்து எங்களுக்கு ஜீவ மார்க்கத்தை கற்றுத் தந்த, பெற்றோரை தந்த தேவனுக்கு நன்றி செலுத்துகிறேன்.

2008 ம் ஆண்டு ஒரிஸ்ஸா மாநிலத்தில் ரூர்கேலா என்ற இடத்தில் சுவிசேஷகர். ரவி ஆபிரகாம் - அண்ணன் அவர்களோடு இணைந்து சென்ற போது, கந்தமால் கலவ- ரத்தின் எதிர்விளைவாக, நாங்கள் இருந்த இடம் கலவரக் காரர்ரால் பற்றி எரிந்தது. அண்ணன் ரவி ஆபிரகாம் அவர்- கள் ஒரு திருமணத்திற்காக நாகர்கோவில் வந்து விட்டார்- கள். அந்த நேரத்தில் ஆவியானவர் பேசிய தொகுப்பே, இந்த புத்தகம். அண்ணன் ரவி ஆபிரகாமுக்கு என் மனமார்ந்த நன்றி

2008 ம் ஆண்டு எழுதப்பட்ட இத்தொகுப்பை அன்று 10 வயதான என் அன்பு மகள் B. பெபேயா, இன்று வரை பாதுகாத்து சும்மர் 14 ஆண்டுகளுக்கு பின் புத்தகமாக வெளியிட அனைத்து முயற்சியையும் எடுத்து, புத்தகமாய் வெளிவர செய்ததற்கும் என் நன்றியை தெரிவித்துக் கொள்- கிறேன்.

1

நான் ஏன் ஜெநிப்பிக்கப்பட்டேன்? புறப்படத்தானா!

━━━━━━ ❦ ━━━━━━

"27. தேவன் தம்முடைய சாயலாக மனுஷனைச் சிருஷ்டித்தார், அவனைத் தேவசாயலாகவே சிருஷ்டித்தார்; ஆணும் பெண்ணுமாக அவர்களைச் சிருஷ்டித்தார்.

28. பின்பு தேவன் அவர்களை நோக்கி: நீங்கள் பலுகிப் பெருகி, பூமியை நிரப்பி, அதைக் கீழ்ப்படுத்தி, சமுத்திரத்தின் மச்சங்களையும் ஆகாயத்துப் பறவைகளையும், பூமியின்மேல் நடமாடுகிற சகல ஜீவஜந்துக்களையும் ஆண்டுகொள்ளுங்கள் என்று சொல்லி, தேவன் அவர்களை ஆசீர்வதித்தார்.

29. பின்னும் தேவன்: இதோ, பூமியின்மேல் எங்கும் விதைதரும் சகலவிதப் பூண்டுகளையும், விதைதரும் கனிமரங்களாகிய சகலவித விருட்சங்களையும் உங்களுக்குக் கொடுத்தேன், அவைகள் உங்களுக்கு ஆகாரமாயிருக்கக்கடவது;"

ஆதியாகமம்.1:27-29"

ஆதியிலே அனைத்தையும் சிருஷ்டித்த சிருஷ்டிகர் மனிதனை மட்டும் தம்முடைய சாயலாக சிருஷ்டித்தார். தம்முடைய மகிமையை மனி-தனுக்கு கொடுத்தார். அது மட்டுமல்ல, அவனை ஆணும் பெண்ணுமாக சிருஷ்டித்து தம்முடைய சாயலாலே முழு பூமியும் நிரப்பட வேண்டும் என்கிற மேலான திட்டத்தை மனிதனுக்குள்ளே வைத்தார். எனவே தேவன் தான் படைத்த ஆதி பெற்றோர்களை பார்த்து, நீங்கள் பலுகி பெருகி பூமியை தம்முடைய சாயலாக நிரப்பம்படி அவர்களை ஆசிர்-வதித்தார். இது நான் தேவனுடைய திட்டம். தேவன் இந்த திட்டத்தை மனிதன் கையில் கொடுத்து இந்த முழு பூமியிலும் தன்னுடைய சாய-லின் மகிமையை பார்க்க விரும்பினார்.

ஆதி.1:11,12,22 ஆகிய வசனங்களிலும் தேவன் புல், பூண்டு, பறவை, சமுத்திரத்தின் மச்சங்கள் யாவற்றிற்கும் இதே கட்டளையை கொடுத்தார், அவைகள் யாவும் கீழ்படிந்து தங்கள் தங்கள் ஜாதியின்-படியே கனிகளை கொடுத்துது. ஆனால் தேவ திட்டத்திற்காக அவரு-டைய சாயலை பெற்ற மனிதனோ கீழ்படியாமல் சத்துருவுக்கு அடிமை-யாகி தேவ சாயலை இழந்து அவருடைய மகிமையின் பிரசன்னத்திற்கு முன்பாக நிற்க திராணியற்றவனாய் பிசாசோடு கைகோர்த்து தேவ திட்-டத்தை சிர்குலைந்துப் போட்டான்.

நீங்கள் உலகத்தின் எந்த பகுதிக்குள் சென்றாலும், கனிகளையும், காய்களையும், பூண்டுகளையும் நம்பி சாப்பிடலாம். ஆனால் தேவ திட்-டத்தை நிறைவேற்றாத மனிதனையோ நம்ப முடியாது. ஏனென்றால் அவன் சாயல் இழந்து விட்டான். எனவே தான் ஏசாயா 2:22 இல் இவ்வாறாக சொல்லப்பட்டுள்ளது

"நாசியிலே சுவாசமுள்ள மனுஷனை நம்புவதை விட்டுவி-டுங்கள்; எண்ணப்படுவதற்கு அவன் எம்மாத்திரம்."

ஆதியாகமம் 6:5 இல்,

"அவன் இருதயத்து நினைவுகளின் தோற்றமெல்லாம் நித்-தமும் பொல்லாததே"

என்று, கர்த்தரும் கண்டார்.

தேவனுக்கு நம்பிக்கையாய் வாழ வேண்டியவன் அநேக உபாய தந்-
திரங்களை தேடி கண்டு பிடித்தான். தேவனுடைய சாயலை உலகம்
முழுவதும் பரப்ப வேண்டியவன், தேவ சாயலால் பலுகி பெருக வேண்-
டியவன், இப்போது நம்பிக்கை துரோகி ஆகி விட்டான். அது அவர்
இருதயத்தை வேதனை படுத்தியது. (ஆதியாகமம் 6:4-6) அந்நாட்க-
ளிலே இராட்சதர் பூமியிலே இருந்தார்கள். பின்பு தேவ குமாரன் மனுஷ
குமாரத்திகளோடே கூடுகிறதினால் இவர்கள் அவர்களுக்கு பிள்ளைக-
ளைப் பெற்ற போது, இவர்களும் பூர்வத்தில் பேர்பெற்ற மனுஷராகிய
பலவான்களானார்கள். மனுஷனுடைய அக்கிரமம் பூமியிலே பெருகினது.

இவ்விதமாக தேவ திட்டத்தை முறியடிக்க தேவகுமாரர் மனுஷ
குமாரத்திகளோடே கூடி தேவ சாயலால் நிரம்ப பட வேண்டிய பூமி
மீண்டும் அக்கிரமத்தால் பெருகினது.

லேவியராகமம்.19:19 இவ்வாறு சொல்லுகிறது,

> "என் கட்டளைகளைக் கைக்கொள்வீர்களாக; உன் மிரு-
> கஜீவன்களை வேறுஜாதியோடே பொலியவிடாயாக; உன்
> வயலிலே வெவ்வேறு வகையான விதைகளைக் கலந்து
> விதையாயாக; சணல்நூலும் கம்பளிநூலும் கலந்த வஸ்தி-
> ரத்தை உடுத்தாதிருப்பாயாக."

மேலும் வேதம் சொல்கிறது, மல்கியா.2:15 இல்,

> "அவர் ஒருவனையல்லவா படைத்தார்? ஆவி அவரிடத்-
> தில் பரிபூரணமாயிருந்ததே; பின்னை ஏன் ஒருவனைப்-
> டைத்தார்? தேவபக்தியுள்ள, சந்ததியைப் பெறும்படிதானே.
> ஆகையால் ஒருவனும் தன் இளவயதின் மனைவிக்குத்
> துரோகம்பண்ணாதபடிக்கு, உங்கள் ஆவியைக்குறித்து எச்ச-
> ரிக்கையாயிருங்கள்."

தேவனுடைய கட்டளையே கலப்பின கொள்கைக்கு எதிரானதாகும்.
தேவனுடைய கலப்பின கொள்கைக்கு எதிரானதாகும். நாம் மேலே

வாசித்த வேலி.19:19 ஆம் வசனத்தின்படி மிருக ஜீவன்கள் கூட வேறு ஜாதியோடு பொலியக்கூடாது என்றும், தானியங்களை கொடுக்கும் பயிர் வகைகளை கூட கலப்பினம் செய்யக்கூடாது என்றும், சணலும் கம்பளி யும் கலந்த வஸ்திரம் தரிக்க கூடாது என்றும், தேவன் தான் படைத்த அனைத்தும் எப்படி படைக்கப்பட்டதோ அப்படியே தன் தன் சந்ததியில் எந்த வித கலப்பும் இல்லாமல் உருவாக்க வேண்டும் என்றும் மிகவும் கண்டிப்போடு இருக்கும் போது, தன் சாயலில் உருவாக்கப்பட்ட மனி தனின் சாயலில் எந்த வித மாறுதலோ கலப்போ வரக்கூடாது என்பதில் எவ்வளவு கவனமாய் இருந்திருப்பார்.

ஆகவே தான் மல்கியா.2:15ல், அவர் ஏன் ஒருவனை அல்லவா படைத்தார்? என்று கேள்வி கேட்டு, அதிலே பதிலையும் வைக்கிறார். தேவ பக்தியுள்ள சந்ததியை பெறும்படிதானே. ஆனால் மனுக்குலமோ தேவகுமாரரோடு, மனுஷ குமாரத்திகள் சேர்ந்து தேவபக்தியின் சந்த தியை கெடுத்து, அதன் மூலமாய் அவர் திட்டத்தை அழித்தது தேவனு டைய இருதயத்திற்கு விசனமாயிற்று. அதுமட்டுமல்லாமல் ஆவிக்குரி யவன் மாம்சத்திற்கு அடிமையாகி விட்டபடியால் ஆதியாகமம்.6:12ல் இவ்வாறாக கூறுகிறார்,

> " மாம்சமான யாவரும் பூமியின்மேல் தங்கள் வழியைக் கெடுத்துக்கொண்டிருந்தார்கள். அவர்களாலே பூமி கொடு மையினால் நிறைந்தது. "

ஏசாயா.11:6 முதல் 9 வரை அடங்கிய வேத பகுதியின்படி, பூமியை பார்க்க விரும்பிய தேவன் இப்பொழுது பூமி முழுவதும் கொடுமையால் நிறைந்திருப்பதை பார்க்கிறார். என்ன வேதனை! இந்த வேதனையை மாற்ற, மீண்டும் கொடுமையால் மூடப்பட்டுள்ள இந்த பூமியை ஏசாயா.11:9ன்படி சமுத்திரம் ஜலத்தினால் நிறைந்திருக்கிறது போல், பூமி கர்த்தரை அறிகிற அறிவினால் நிறைந்திருக்கும் என்னும் ஏசாயா.11:9 மற்றும் ஆபகூக்.2:14 தீர்க்கதரிசனத்தை நிறைவேற்ற இன்றே புறப்ப டுங்கள். உங்களுக்காக இதோ தேசத்தின் வாசல் திறந்தே இருக்கிறது. பூமியை தேவனுடைய அறிவினால் நிரப்பி, தேவனுடைய இருதயத்தை பூரிப்பாக்குங்கள்.

ஜெ. பாபு ஜேக் சிங்

"இதோ ஓர் திறந்த வாசல்"

2

நோவாவே, பேழையை விட்டு புறப்பட்டு போ

―――――❧―――――

"15. அப்பொழுது தேவன் நோவாவை நோக்கி:

16. நீயும், உன்னோடேகூட உன் மனைவியும், உன் குமா-ரரும், உன் குமாரரின் மனைவிகளும் பேழையை விட்டுப் புறப்படுங்கள்.

17. உன்னிடத்தில் இருக்கிற சகலவித மாம்சஜந்துக்களாகிய பறவைகளையும், மிருகங்களையும், பூமியின்மேல் ஊருகிற சகல பிராணிகளையும் உன்னோடே வெளியே வரவிடு; அவைகள் பூமியிலே திரளாய் வர்த்தித்து, பூமியின்மேல் பலுகிப் பெருகக்கடவது என்றார்.

18. அப்பொழுது நோவாவும், அவன் குமாரரும், அவன் மனைவியும், அவன் குமாரரின் மனைவிகளும் புறப்பட்டு வந்தார்கள்.

ஆதியாகமம். 8:15-18"

அப்பொழுது தேவன் நோவாவை நோக்கி, நீயும் உன்னோடே கூட உன் மனைவியும், உன் குமாரரும், உன் குமாரரின் மனைவிகளும், பேழையை விட்டு புறப்படுங்கள். அப்பொழுது நோவாவும், அவன் குமா-ரரும், அவன் மனைவியும், அவன் குமாரரின் மனைவியும் புறப்பட்டு வந்தார்கள்.

தேவன் பேழையை விட்டு புறப்படுங்கள் என்றார். அவர்கள் புறப்-பட்டு வந்தார்கள். நோவாவிற்கு தேவனே கட்டளை கொடுத்து, கொப்-பேர் மரத்தால் பேழையை செய்ய சொல்லி அதைப் பண்ண வேண்டிய விதமாவது, என்று அதற்கு அளவும் கொடுத்து பேழையை செய்ய சொன்னார். எல்லாமே தேவ திட்டம் தான்.

பேழை என்பது இன்றைய சபைக்கு நிழலாட்டமான ஒன்று. தேவன் உன்னை தம்முடைய திட்டத்தின்படியே சபையான பேழையில் சேர்த்தார் சரிதான். பேழைக்கு உள்ளும் புறம்பும் கீல்பூசியபடியால் ஒன்றும் உன்னை சேதப்படுத்த முடியாததும் உண்மைதான். மழை பெய்து பேழை உயர, உயர நோவாவும், நோவாவின் குமாரரும் நினைத்திருக்கலாம், ஆஹா, என்ன சுகம்! என்று. எல்லாரும் வெளியே அழிந்து கொண்டி-ருக்கும் போது நானும், என் மனைவியும், பிள்ளைகளும் மட்டும் பாது-காக்கப்பட்டு விட்டோம் என்று நிம்மதி பெருமூச்சு விட்டிருப்பார்கள். சாட்சி சொல்லியிருப்பார்கள். இந்த சபைக்குள் வந்து சேர்ந்தபடியினால் நானும், எனது குடும்பமும் பத்திரமாக பாதுகாக்கப்பட்டோம். கர்த்தருக்கு ஸ்தோத்திரம் என்று உடனே சபையின் போதகரும், கர்த்தர் எழுப்பின சாட்சிகளுக்காய் எல்லாரும் ஸ்தோத்திரம் பண்ணுவோம் என்று ஆரம்-பித்து தொடர்ந்து நோவாவையும், நோவா குடும்பத்தையும் கர்த்தர் சபை-யில் நிலைத்திருக்க ஜெபித்திருப்பார்கள். ஆனால் இது அல்ல கர்த்த-ருடைய திட்டம். அன்று உன்னை அழிவிலிருந்து காக்க தான் பேழை என்ற திட்டம். இன்று என்னுடைய மகிமையால், என்னை அறிகிற அறிவினால் பூமியை நிரப்ப என் திட்டத்தை நிறைவேற்ற பேழைக்-குள்ளே சொகுசாய் இருந்து விட்டால் முடியாதப்பா. வா உன் பேழை-யாகிய சபையை விட்டு விட்டு புறப்பட்டுப் போய் பூமி முழுவதையும் சுவிசேஷத்தால் நிரப்பு. இது நீ நினைக்கிறது போல பாதுகாப்பிற்காக ஏற்படுத்தப்பட்ட சபையல்ல. உன் குடும்பத்திற்காக மட்டும் உருவாக்கப்-பட்ட சபை அல்ல. நீ புறப்பட்டுப் போ. ஒரு வேளை நோவா நினைத்-திருக்கலாம், நானே பிரயாசப்பட்டு கட்டின பேழை எப்படி விட்டு விட்டு

போவது அல்லது நோவாவின் சந்ததியினர் நினைத்திருக்கலாம், எங்க அப்பா கட்டின சபை எப்படி இதை விட்டு விட்டு போவேன் என்று. ஆனால் தேவன் சொன்னார் உடனே அவர்கள் விட்டு புறப்பட்னர். இன்று அநேகரை இந்த பேழைகள் விடுவதில்லை.

பேழைக்குள்ளே இருக்கிற பதவி ஆசையினால், கமிட்டியினால் ஈர்க்கப்பட்ட அநேகர் பேழை மிதந்தாலும் சரி, மிதக்காவிட்டாலும் சரி (ஆவி இருந்தாலும் சரி, ஆவி இல்லாமற் போனாலும் சரி) பதவி இறங்காமல் இருந்தால் போதும் என்று பேழையை விட்டு புறப்படாமல் நித்தியத்தை பாதாளத்தில் கழிக்க தேடும் ஒரு கூட்டம்.

பேழைக்கு வெளியே உள்ள கூட்டமோ எப்படியாவது கள்ள ஓட்டு போட்டாவது, அடிதடி நடத்தியாவது பேழையை நம் கைவசப்படுத்தி விட வேண்டும் என்று தீவிர முயற்சியில் ஈடுபடுகிற ஒரு கூட்டம்.

எப்படியாவது கர்த்தர் திட்டம் தந்தாரோ, தரவில்லையோ, ஒரு பேழையை கட்டி விட்டால் அதன் மூலமாய் நாம் நிரந்தரமான வருமானத்தை பெற்றுக் கொள்ளலாம் என ஒரு கூட்டம்.

சராசரியாக ஒரு சபைக்கு 20 குடும்பம் வருகிறது என்று வைத்து கொள்ளுங்கள். அந்த 20 குடும்பத்திலும் 5 குடும்பம் A வகுப்பு (மாத வருமானம் ரூ.1,00,000) 5 குடும்பம் தொழில் செய்பவர்கள் (மாத வருமானம் ரூ.50,000) 5 குடும்பங்கள் மித வருமானம் (மாதம் ரூ.30000) 5 குடும்பங்கள் (ரூ.15000க்குள்) என்றாலும் அந்த சபையின் தசமபாகம் என்ன தெரியுமா? இது சாதாரண சிறிய சபையின் கணக்கு:

$$1,00,000 \times 5 = 5,00,000 \div 10\ \% = 50,000$$

$$50,000 \times 5 = 2,50,000 \div 10\ \% = 25,000$$

$$30,000 \times 5 = 1,50,000 \div 10\ \% = 15,000$$

$$15,000 \times 5 = 75,000 \div 10\ \% = 7500$$

மொத்தம் : 97,500 - தசம பாகம்

20 குடும்பத்தை கொண்ட சிறிய சபை தலைவரே அந்த சபையில் வரும் A வகுப்பு குடும்பத்தின் அளவு சம்பளம் பெறுபவர். இது தான் வேதத்தின் நீதியும். ஆனால் இந்த பணத்தை சபை தலைவர்களே, நீங்கள் எப்படி உங்கள் எஜமானுக்கு கணக்கு கொடுக்கிறீர்கள் அது தான் முக்கியம். தொடர்ந்து பேழையில் இருந்து புறப்பட மணமற்றவர்-

களாய் இருப்பீர்களானால் உங்கள் தொகுதியின் குறுநில மன்னரே நீங்-
கள் தான். ஜவ புஸ்தகத்தில் பெயர் இருந்ததோ, இல்லையோ பேழைக்-
குள்ளே (சபை) இருக்கும் புத்தகத்தில் பெயர் இருந்தால் போதும்,
கலியாணம் மற்றும், அடக்க ஆராதனை தடையில்லாமல் நடைபெறும்,
இது போதும் என்று ஒரு கூட்டம்.

எது எப்படியோ பிரச்சனை இல்லை. பேழைக்குள்ளே ஞாயிற்று கிழ-
மையானால் மதிய உணவு, கிறிஸ்மஸ்க்கு புதிய துணி, என்னுடைய
ஏழ்மைக்கு மாத உதவி தொகை. இது மட்டும் போதும் என ஒரு கூட்-
டம்.

ஆஹா அருமையான பேழை என்னுடைய வேசிதனத்தையும், விப-
சாரத்தையும், குடிவெறியையும் கண்டிக்காமல், தசமபாகத்தை மட்டும்
செலுத்தினால் போதும், இதுவல்லவோ நாங்கள் தேடிய பேழை என ஒரு
கூட்டம்.

ஒரே பேழையை நான்கு ஐந்து முறியாய் முறித்து நோவாவோ ஒரு
பேழையைத்தான் கட்டினார், எங்களுக்கு பல பேழையைக் கட்டுகிற,
அப்போஸ்தல அபிஷேகம் என்று சொல்லி தங்களை தாங்களே திருப்-
திபடுத்தி கொள்கிற கூட்டம்.

ஒரே பேழையை வைத்து கொண்டே விலை பேசி, முன்பணம் வாங்-
கிய சொத்தை மீண்டும் மீண்டும் விலை பேசி பலரிடம் பணம் வாங்கு-
வது போல அந்த ஒரு பேழையை பல ஸ்தாபனங்களிடம் காட்டி உதவி
வாங்குகிற ஒரு கூட்டம்.

இப்படி பல வசதிகளை தேடி கொள்வாயானால் எப்படி இந்தப்
பேழையை விட்டு நீ புறப்படுவாய்.

தரிசனத்தில் ஆரம்பிக்கப்பட்ட பேழைகளை இன்று தங்களுக்கும்
தங்கள் தலைமுறைகளுக்கும் வரதட்சணை வாங்குவதற்கும், வரதட்ச-
ணையாய் கொடுப்பதற்கும் பயன்படுத்திக் கொள்ளுகிற ஒரு கூட்டம்.

என்ன வளம் இல்லை இந்த திருச்சபைக்குள்ளே
ஏன் அலைந்து திரிய வேண்டும் அறியாதவர்களுக்காய்
எத்தனை சுகம் எங்கள் திருச்சபைக்குள்ளே
எங்களை ஏன் இழுக்கிறீர்கள் மிஷனரியாய்!!

- என்று ஒரு கூட்டம்.

பல லட்சம் பேர்களால் பல லட்சங்களை முடக்கி பல லட்சங்களை
நரக வழியே அனுப்பி கொண்டிருக்கும் லட்சியமற்ற சபையே, சற்று சிந்-

தியுங்கள். அப்போஸ்தலர்.1:8ல் தேவனுடைய கட்டளை இது.

"பரிசுத்தஆவி உங்களிடத்தில் வரும்போது நீங்கள் பெலனடைந்து, எருசலேமிலும், யூதேயா முழுவதிலும், சமாரியாவிலும், பூமியின் கடைசிபரியந்தமும், எனக்குச் சாட்சிகளாயிருப்பீர்கள் என்றார்."

3

கூடாது என்று தடை பண்ணுகிறார்களா?

இப்பொழுது பவுலின் ஆவிக்குரிய வைராக்கியத்தை நான் அடிக்கோடிட்டு காட்ட விரும்புகிறேன்.

எருசலேமில் நான் கர்த்தராகிய இயேசுவின் நாமத்திற்காக கட்டப்படுவதற்கு மாத்திரம் அல்ல, மரிப்பதற்கும் ஆயத்தமாயிருக்கிறேன் என்றான். மதமாற்ற தடை சட்டமா? எதிர் கொள்ளுங்கள், மரிப்பதற்கும் ஆயத்தம் ஆகுங்கள். *கிறிஸ்து எனக்கு ஜீவன், சாவு எனக்கு ஆதாயம், என முழங்குங்கள் (பிலிப்பியர்.1:21).*

உங்களுக்கு முன் தான் இந்த தேசம் இருக்கிறது. இன்றே புறப்படுங்கள். ஒரிசா உங்களுக்காக ஏங்குகிறது. காசி, வாரணாசி, புத்தகயா, பிஹார், சட்டிஸ்கர், ஜார்கண்ட் இன்னும் எத்தனையோ, எத்தனையோ மாநிலங்கள். ஏன் இவ்வளவு நெருக்கடிக்குள்ளே திணறி உங்கள் ஜீவனை விடுகிறீர்கள். விசாலத்தில் வாருங்கள். 1 கிலோ மீட்டருக்குள் பத்து சபை அல்ல, 1 மாவட்டத்திற்கு ஒரு சபை இல்லாத விசாலமான இடத்திற்கு செல்ல தயாரா?

இந்தியாவிலே இவ்வளவு விசாலம் இருக்கும் போது, உன் இருதயம் ஏன் ஐயா, அமெரிக்கா மற்றும் கிழக்கத்திய நாட்டிற்காக ஏங்குகிறது? இன்று ஊழியர்களின் ஏக்கமே இது நான். சகோதரனே என் இருதயம் அமெரிக்காவிற்காய், ஜெர்மனிக்காய், ஐரோப்பிய நாடுகளுக்காய் ஏங்குகிறது. எனக்கு இது ஒரு பெரிய பாரம் என்று புலம்புகிறவர்களே, உங்-

கள் பாரங்களை இறக்கி வைத்து விட்டு, திறந்து கிடக்கிற உன் இந்-
திய தேசத்திற்காய் சிரமம் எடுத்து பாரப்படு. வெளிநாட்டு கரன்சிகளால்
உனக்கும், உன் குடும்பத்துக்கும், கேயாசி தனது தலையில் சாபத்தை
வாரிக் கொண்டு வந்தது போல சாபத்தை சேர்க்காதே.

> "3.எங்கள் போதகம் வஞ்சகத்தினாலும் துராசையினாலும்
> உண்டாகவில்லை, அது கபடமுள்ளதாயுமிருக்கவில்லை.
> 4.சுவிசேஷத்தை எங்களிடத்தில் ஒப்புவிக்கத்தக்கதாய்,
> தேவன் எங்களை உத்தமரென்றெண்ணினபடியே, நாங்கள்
> மனுஷருக்கு அல்ல, எங்கள் இருதயங்களைச் சோதித்தறி-
> கிற தேவனுக்கே பிரியமுண்டாகப் பேசுகிறோம்.
>
> 1 தெசலோனிக்கேயர்.2:3-4 "

இந்த வசனத்திற்கு இணங்க, தேவனே உங்கள் ஊழியத்திற்கு சாட்சியாய்
மாறட்டும்.

எனக்கு தெரிந்த போதகர் ஒருவர் வெளிநாட்டிற்கு சென்று ஊழியம்
செய்வதற்காக, உலகத்தானுடைய ஆசை வார்த்தைகளை நம்பி, ஐயோ,
பாவம்! மிகவும் வறுமையின் மத்தியில் கடவுச் சீட்டு எடுப்பதற்காய்
(பாஸ்போர்ட்) கடனுக்குள் தள்ளப்பட்டு திருச்சி சென்று திரும்ப காசு
இல்லாமல் அவர் பட்ட பாடுகளுக்கு அளவே இல்லை. ஏன் இந்த
விஷப்பரிட்சை, வெளிநாட்டு ஊழியத்தை நம்பி லட்சங்களை விட்ட
ஊழியர்கள் எத்தனையோ பேர்களை சொல்ல முடியும். வேண்டாம்,
இந்த வீண் ஓட்டம். இந்திய தேசம் உனக்கு முன்பாக இருக்கிறதல்-
லவா.. ஆதியாகமம்.13:9.

ஆதியாகமம்.13:14-17 இல்,

> "14. கர்த்தர் ஆபிராமை நோக்கி: உன் கண்களை ஏறெ-
> டுத்து, நீ இருக்கிற இடத்திலிருந்து வடக்கேயும், தெற்கேயும்,
> கிழக்கேயும், மேற்கேயும் நோக்கிப்பார்...
> 17. நீ எழுந்து தேசத்தின் நீளமும் அகலமும் எம்-
> மட்டோ, அம்மட்டும் நடந்து திரி; உனக்கு அதைத் தரு-
> வேன் என்றார்.

18. அப்பொழுது ஆபிராம் கூடாரத்தைப் பெயர்த்துக்-
கொண்டுபோய்... "

கர்த்தருடைய ஊழியத்தை செய்கிற (ஊழியர், விசுவாசி) யாராய் இருந்-
தாலும் அவர்களுக்கு இந்த பார்வை தேவை.

ஆபிரகாமை பார்த்து கர்த்தர் சொல்கிறார். நீ இருக்கிற இடத்திலே
இருக்காதே. அதிலிருந்து நான்கு திசைகளையும் பார். இன்றைக்கு
அநேகர் தங்களை ஊழியத்திற்கு அர்ப்பணித்து விட்டு தங்கள் குடும்பம்,
பிள்ளைகள், தங்கள் பிரச்சனைகள், விசுவாசிகள் வீட்டு பிரச்சனைகள்,
மாப்பிள்ளை பெண் தரகு, சொத்து தரகு, இப்படிபட்ட காரியங்களையே
பார்ப்பதற்கு நேரம் இல்லாமல் தவித்து தவிடு பொடியாகியுள்ளனர்.
இவர்களால் எப்படி தூரப்பார்வை பார்க்க முடியும்.

"
22. கண்ணானது சரீரத்தின் விளக்காயிருக்கிறது; உன்
கண் தெளிவாயிருந்தால், உன் சரீரம் முழுவதும் வெளிச்ச-
மாயிருக்கும்.
23. உன் கண் கெட்டதாயிருந்தால், உன் சரீரம் முழுவதும்
இருளாயிருக்கும்; இப்படி உன்னிலுள்ள வெளிச்சம் இரு-
ளாயிருந்தால், அவ்விருள் எவ்வளவு அதிகமாயிருக்கும்!
மத்தேயு.6:22,23 "

சுவிசேஷகர்கள் என்று ஒரு கூட்டத்தார், தங்களை அறிமுகப்படுத்தி
கொள்கிறார்கள். அவர்களுடைய வேலை தான் என்ன? மாதத்திற்கு 4
அல்லது 5 ஞாயிறும் ஏதாவது சபையை தெரிந்து வைத்து கொண்டு
வாய்கிழிய பேச வேண்டும். 2 மணிக்குள் வேலையை முடித்து விட்டு
வீடுவந்து சேர வேண்டும். ஐயா சுவிசேஷம் என்றால் என்ன? யாருக்கு
சுவிசேஷம் தேவை?

மத்தேயு.11:4 இல் இயேசு, தன்னை யார் என்று யோவானுக்கு
அடையாளம் சொல்ல அவர் சொன்ன முக்கியமான காரியம், "தரித்திர-
ருக்கு சுவிசேஷமங் பிரசங்கிக்கப்படுகிறது". எனக்கு அருமையான சுவி-
சேஷகர் ஐக்கியங்களே, எத்தனை தரித்திரருடை ஆவிக்குரிய வறட்-
சியை நீங்கள் ஏலிமாக மாற்றியுள்ளீர்கள்?"

எங்கு ஐயா சுவிசேஷகனுடைய பணி தேவை. 30 வருடம் 40 வருடம் செய்தி கேட்டு கொழுத்து மனந்திரும்பாமல் கடினப்பட்டிருக்கிற சபைக்கு அல்ல. மத்தேயு.11:20-24; ரோமர்.15:19-21.

இன்றைக்கே புறப்பட்டு போய், தரித்திரருக்கு, அறியபடாத இடத்தில் இயேசு கிறிஸ்துவின் இரட்சிப்பின் நற்செய்தியை அறிவியுங்கள். ரோமர்.15:19-21 இல் சொல்லப்பட்டபடி,

"19. இப்படி எருசலேம் துவக்கிச் சுற்றிலும், இருக்கும் தேசம்வரைக்கும், கிறிஸ்துவின் சுவிசேஷத்தைப் பூரணமாய்ப் பிரசங்கித்திருக்கிறேன்.

20. மேலும் அவருடைய செய்தியை அறியாதிருந்தவர்கள் காண்பார்களென்றும், கேள்விப்படாதிருந்தவர்கள் உணர்ந்து-கொள்வார்களென்றும் எழுதியிருக்கிறபடியே,

21. நான் மற்றொருவனுடைய அஸ்திபாரத்தின்மேல் கட்-டாதபடிக்கு கிறிஸ்துவினுடைய நாமம் சொல்லப்பட்டிராத இடங்களில் சுவிசேஷத்தை அறிவிக்கும்படி நாடுகிறேன்."

இல்லாவிட்டால், நீதிமொழிகள்.6:11ன்படி,

"உன் தரித்திரம் வழிப்போக்கனைப்போலவும், உன் வறுமை ஆயுதமணிந்தவனைப்போலவும் வரும்."

கவிசேஷகர்களாகிய உங்களைக் குறித்து தான் அப்போஸ்தலனாகிய பவுல் 1 கொரிந்தியர்.4:14-16 இல் இவ்வாறு எழுதுகிறார்,

"14. உங்களை வெட்கப்படுத்தும்படிக்கு நான் இவைகளை எழுதவில்லை, நீங்கள் எனக்குப் பிரியமான பிள்ளைக-ளென்று உங்களுக்குப் புத்திசொல்லுகிறேன்.

15. கிறிஸ்துவுக்குள் பதினாயிரம் உபாத்தியாயர்கள் உங்-களுக்கு இருந்தாலும், தகப்பன்மார் அநேகர் உங்களுக்கு இல்லையே; கிறிஸ்து இயேசுவுக்குள் சுவிசேஷத்தினால் நான் உங்களைப் பெற்றேன்.

16. ஆகையால், என்னைப் பின்பற்றுகிறவர்களாகுங்க-
ளென்று உங்களுக்குப் புத்திசொல்லுகிறேன்.''

சுவிசேஷகர்களே, உங்கள் பேரிலுள்ள அன்பினால் உங்களுக்கு புத்தி சொல்லுகிறேன். கிறிஸ்துவுக்குள் பதினாயிரம் உபாத்தியர்கள் இருந்தா- லும், தகப்பனை போன்றவர்கள் இல்லையே என கதறுகிறார். ஏன்? உபாத்தியருக்கு சொல்ல வேண்டிய கடமை மட்டுமே. தகப்பனுக்கோ சொல்லி, நிறைவேற்ற வேண்டிய கடமை, பொறுப்பு. எனவே கொரிந்து சபையே, நான் உங்களுக்கு உபாத்திய உத்தியோகம் செய்யவராமல், சுவிசேஷத்தினால் உங்களை பெற்ற தகப்பனாய் இருக்கிறேன். கவி- சேஷகர்களே, நீங்கள் உபாத்தியரா? இல்லை விசுவாசப்பிள்ளைகளைப் பெற்ற தகப்பன்மார்களா? உங்கள் பொறுப்புகளை உதறி தள்ளாதீர்கள்.

கடந்த நாட்களில் நானும் என் சகோதரரும், கன்னியாகுமரி மாவட்- டத்தில், சுவிசேஷகர்களின் நிலை வறுமையாகவே உள்ளது என்பதை குறித்து அதிகாலை 2 மணி வரை பேசிக் கொண்டிருந்தோம். கன்னி- யாகுமரி மாவட்டத்திலேயே வறுமை என்றால் மற்ற மாவட்டத்தில் எப்படி இருப்பார்கள்?

சுவிசேஷகர்கள் தங்கள் அழைப்பையும், தெரிந்து கொள்ளுதலையும் உறுதி செய்யாமல் இந்த ஊழியத்தை ஒரு தொழிலாக செய்ய தொடங்கி விட்டனர்.

தங்களுக்கு என்று 10-15 வீடுகளை தெரிந்து கொண்டு வீடு சந்திக்க ஆயத்தம் ஆகிவிடுகிறார்கள்.

மாதத்தில் 4-5 ஞாயிறும் அவர்களுக்கேற்ற சபைகளை தெரிந்து கொண்டு சபை மேய்ப்பனை திருப்தி செய்யும் அளவிற்கு பேசுகின்றனர்.

மேற்படி ஊழியத்தில் போதிய வருமாணம் கிடைக்கவில்லை. ஆதலால் இன்றைய சுவிசேஷகர்கள் நிலை வறுமை கோட்டிற்கு கீழ் தள்ளப்படுகிறது. ஏனென்றால் தங்கள் தேவைகளுக்கு தேவனை பார்க்- காமல் மனுஷனை பிரியப்படுத்தி ஊழியம் செய்யும் நிலை. தேவ சமூ- கத்தில் காத்திருந்து வார்த்தைகளை பெற்று ஜனங்களுக்கு கொடுப்ப- தற்கு பதிலாக, சீஷர்களை போல ஜனங்களுக்காக பரிதபித்து, போஷிக்க துடிக்கும் இயேசுவின் இதயத்திற்கு பதில், அவர்கள் கொள்ளுகிறவர்- களிடத்தில் போய் வாங்கட்டும் என வேதத்தை தியானிக்காமல் கடை

சரக்குகளை (புத்தகங்களை) பார்த்து அடிக்கும் பிரசங்கம், காலாவதி-யான பூச்சி பிடித்த மன்னா.

யோவான் ஸ்நானகனை போன்ற தைரியம் இல்லாமை. இராஜாக்-களுக்கு முன்பாக கடந்து சென்று அவனுடைய விபச்சார பாவத்தை வெளிச்சத்திற்கு கொண்டுவரும் தைரியம் இல்லை. (மத்தேயு.14:3-5) தலை போனாலும் போகட்டும் - தலையாய பணியே சுவிசேஷம் தான் என்கிற எண்ணம் அற்று போய் விட்டது. (மத்தேயு.14:8) பரலோகத்தை குறித்தும், நாகத்தை குறித்தும், இனிவரும் நியாயத்தீர்ப்பைக் குறித்தும் வெளிப்பாடு இல்லாமல் கபட்டு வசனிப்பினால் பாவத்தை கண்டிக்காமல் ஆசீர்வாதத்தையும், செழிப்பையும் குறித்து ஆணித்தரமான பிரசங்கங்-கள். (மத்தேயு.3:1,2,7,8,10-12)

மேலே சொன்ன மத்தேயு.3:10ன்படி, மரங்களின் வேர் அருகே இருக்கிற கோடாரியானது முதலாவது உன்னை வெட்டி வீழ்த்தி பிறகே உன் பிரசங்கத்தை கேட்கிறவர்களை வெட்டும் என்பதை மறந்து விடா-தீர்கள். (கலாத்தியர்.3:3)

இன்றைய அநேக சுவிசேஷகர்கள் நிலைமை பரிதாபம். சுவிசே-ஷகர்களாய் ஓட்டத்தை ஆரம்பித்தவர்கள், ஓட்டனாய் (பெண் தரகர்-களாய்) ஓட்டத்தை முடிக்கிறார்கள். தீர்க்கதரிசிகளாய் ஓட்டத்தை தொடங்கினவர்கள், குறி சொல்லுகிறவர்களாய் ஓட்டத்தை முடிக்கிறார்-கள். பாவத்தை கண்டித்து உணர்த்தி பேசினவர்கள், பாவத்தை பால் போல் பருகிக் கொண்டிருக்கின்றனர். சத்துருவை எதிர்த்து போராட வேண்டியவன், பெலிஸ்தியனை வீழ்த்தி இஸ்ரவேலுக்கு இரட்சிப்பை கொண்டு வர வேண்டியவன், பெலிஸ்திய ஸ்திரீயே என் கண்ணுக்கு இன்பம் என்று எண்ணி அவள் முடியை நாடி, அந்த ஜனங்களாலே கண்பிடுங்கப்பட்டு வேடிக்கை பொருளாய் நிற்கிறான். ஊழியக்காரர்களே எச்சரிக்கை. (ரோமர்.2:19-24)

பரத்தில் இருந்து போஷிக்கப்பட வேண்டிய நீ, பரம இராஜ்ஜியத்தை கட்டுகிற பணியில் செயல்படுகிற நீ, இராஜாவின் பந்தியை நோக்காமல் பாமரமக்களின் கைகளை நோக்கி கொண்டிருக்கிறாயே! - உன் அழைப்பை அறிந்து இப்போதே ஆபிரகாம், நான்கு திசைகளையும் பார்த்து ஓடினது போல, 4 திசைகளையும் பார்த்து ஜீவன் தப்ப ஓடிப்போ. இன்னும் நீ லோத்துவை போல தாமதிக்கிறது என்ன? தேசம் உனக்கு முன்பாக அல்லவா இருக்கிறது. நீ பார்க்கிற இந்த குறுகிய

பார்வை அல்ல. 4 சபைகளும் 15 வீடுகளும் அதின் மூலம் வரும் கசந்த காணிக்கையும் அல்ல. நான்கு சுவர்களுக்குள்ளே மார்பு தட்டி பேசி விட்டு பேசினபடி உன் வாழ்க்கையிலே செயல்படுத்த முடியாத வாழ்க்கை அல்ல.

Main line Churches-ல் ஆணித்தரமாக போதகர்களை கூட தொடுகிற அளவிற்கு வீரவேஷமாய் துப்பாக்கி குழாயில் இருந்து வெளி-வரும்குண்டு போல, வார்த்தைகளை பேசுபவர்கள், சபையே சீர்படு என்று திறம்பட பேசி விட்டு, தன் குடும்பத்தையே ஆதாயப்படுத்த முடி-யாமல் இருக்கின்றனர். இவற்றை பேசும் உங்களாலேயே கடைபிடிக்க முடியாவிட்டால், ஏன் இந்த விதாண்டாவாதமான மேடை பிரசங்கம்? உங்கள் கண்களை ஏறெடுத்துப் பாருங்கள்.

ஆதியாகமம்.19:12-26 முதல் அடங்கிய வேத பகுதியை பலமுறை வாசித்து, உன் சுய மூளையினால் சிந்திக்காமல், சுய பார்வையை வெறுத்து ஆதியாகமம்.19:7ன்படி அவர் சொல்லுகிற கட்டளையை ஏற்று இப்போதே ஓட ஆரம்பி.

லோத்தோ, ஆதியாகமம்,19:18ல், அப்படி அல்ல ஆண்டவரே என்று தேவனுக்கே ஆலோசனை சொல்லி தூரமாய் போக என்னால் கூடாது என்று எதிர் பேரி, சம்பாதித்தது என்ன, மோவாபியரும், அம்-மோனியரும் ஆகிய விபச்சார சந்ததிகள் தான். அதுமட்டுமா, என்-றைக்கும் நிலையாய் நிற்கும், உலகத்திற்கே சாட்சியாய், திரும்பி பார்த்த மானவியின் உப்புத்தூண் (1 சாமுவேல்.2:10). ஐயோ, ஆபிரகாமோடு விசுவாசப்பட்டியலில் இடம் பிடிக்க வேண்டிய நீ, தடமே தெரியாமல் பரிகாசப் பொருளாய் நின்று கொண்டிருக்கியாயே! ஏன்? திறந்து கிடக்-கிற தேசத்திற்குள்ளாய் கடந்து போய் ஆத்துமாக்களை கொள்ளையாய் பங்கிட்டு வா! அப்பொழுது அறுப்பில் களி கூர்வது போல மகிழ்வாய்.

லோத்தின் மானவியை நினைத்துக் கொள்ளுங்கள் (லூக்கா.18:32). என் அருமை ஊழியக்காரரே நான் இன்று உங்களோடு கூட தாழ்மை-யாய் கூறுகிறேன். லோத்தையும், லோத்தின் மனைவியையும் அவனு-டைய விபச்சார சந்ததியை நினைத்துக் கொள்ளுங்கள். மறந்து விடா-தீர்கள்.

4

நடந்து திரியுங்கள், எச்சரிக்கை!

கர்த்தர் ஆபிரகாமை நோக்கி:

> *17. நீ எழுந்து தேசத்தின் நீளமும் அகலமும் எம்மட்டோ, அம்மட்டும் நடந்து திரி; உனக்கு அதைத் தருவேன் என்றார்.*
>
> *18. அப்பொழுது ஆபிராம் கூடாரத்தைப் பெயர்த்துக்கொண்டுபோய்...*
>
> *ஆதியாகமம்.13:17,18"*

யார் தான் ஆசிர்வதிக்கப்பட முடியும்? யார் தான் பூமியை சுதந்தரிக்க முடியும்? தேசத்தின் நிளமும் அகலமும் எம்மட்டோ, அம்மட்டும் நடந்து திரிகிறவன், அதை கர்த்தருக்கென்று ஆதாயப்படுத்தி அதன் பயனால் திருப்தி அடைவான்.

ஆபிரகாம் பெரிய சீமான் தான். ஐசுவரியவான் தான். அவன் நினைத்தால் கழுதையின் மேலோ, ஒட்டகத்தின் மேலோ சேணம் கட்டி போயிருக்கலாம். ஆனால் ஆபிரகாமோ, கர்த்தர் எப்படி போ என்று சொன்னாரோ அப்படியே அவன் கால் நடையாய் நடந்து சுதந்தரித்தான்.

எனக்கு அருமையான ஊழியக்காரர்களே, விகவாசப்பிள்ளைகளே, நீங்-
களும் கால் நடையாய் நடங்கள் என்று நான் வலியுறுத்தவில்லை.
தேவையற்ற வீண் ஆசா பாசங்கள், சிற்றின்பங்களையாவது குறைக்க-
லாம்.

ஒரு போதகருக்கே வேலை இல்லாத சேகர திருச்சபைக்கு, 2 போத-
கர்கள் தேவையா? ஒரு தலைமை போதகர் சம்பளம் 60,000 ரூபாய்,
ஒரு உதவி ஊழியர் சம்பளம் 10,000 ரூபாய், ஆக வாரத்தில் ஞாயிறு
2 மணிக்கூரும் இடை நாளில் 1 மணி நேரமும் ஆக மொத்தம் மாதத்-
திற்கு 15 மணி நேரம் வேலை செய்ய ரூ.70,000 செலவா? எந்த
அரசாங்கம் ஐயா இந்த செலவை பொறுத்துக் கொள்ளும். உலக அரங்-
கமே 8 மணி நேர வேலை வாய்ப்பை 12 மணி நேரம் ஆக்கலாமா?
என யோசித்துக் கொண்டிருக்கும் போது, பரலோக அரசாங்கத்திற்கு
மாதத்திற்கே 6 மணிநேர வேலையா? இது போக மனைவி, பிள்ளை-
களுக்கு வேலை அந்த வேலையை எடுப்பதற்கு ஆகாபும், யேசபேலும்
சதி பண்ணினது போல கைவிடப்பட்ட ஏழை நாபோத்தை பலியாக்கி
திராட்சைதோட்டத்தை அபகரித்து எடுத்தது போல குடும்பம் செழிக்க
ஏழை மக்களை வான் கொலை செய்து தலைமையின் கூட்டு சதியோடு
உங்கள் குடும்பத்திற்கே சாபத்தை தேடி வைக்கிறீர்களே. உங்கள் மாய-
மான எல்லா தந்திரங்களையும், சதி சர்ப்பனைகளையும் விட்டு இறங்கி
தேசத்தின் அகலமும், நீளமும் எம்மட்டோ அம்மட்டும் நடந்து திரியுங்-
கள்.

வேதத்தின் ஆழத்திற்குள்ளாய் கூட நடந்து செல்ல அனுமதிக்காத
உன் தலைமை. வேதத்தை திறக்காமலே பிரசங்கிக்க (பார்த்து வாசிக்க)
ரெடிமேட் பிரசங்கத்தை அச்சிட்டு உன் கையில் கொடுத்து, பூத்து போன
மன்னாவால் தாலட்டி தூங்க வைத்து கொண்டிருக்கும்போது, எப்படி
ஐயா போதகரே உங்களுக்கு தூக்கத்தை விட்டு எழும்பி தேசத்தில்
நடந்து திரிய நேரம் இருக்கும். உங்களுக்காகத்தான் பவுல் கதறுகிறார்
(ரோ.13:11-14).

கறுத்து போன மாறுபாடும் திருக்கும் தீட்டுமான இருதயத்தை
மறைப்பதற்கு வெண்ணங்கியை தரித்து, மாய்மாலமாய் வலம் வந்து
கொண்டிருக்கும் ஊழியர்களே, உங்களுடைய பாவத்திற்கு அத்தி இலை-
யால் நிரந்தரமான பரிகாரம் இல்லை. அத்தியிலையாகிய உலகபிரகா-
மான வெண்ணங்கியை கழற்றி விட்டு அடிக்கப்பட்ட கிறிஸ்துவாகிய

ஆட்டுக்குட்டியின் தோலுடைக்குள் ஒரு அடைக்கலத்தை கண்டு கொள்ளுங்கள்.

மேலும் ஆதியாகமம்.3:7,21 உங்களுக்கு சொல்வதை வாசியுங்கள். (லூக்கா.23:2,5-8,10,25-26) கரசேவகர்களும், RSS, VHP மற்றும் உலக மக்களும் தாங்கள் வைராக்கியமான தீவிரவாதிகள் என காட்ட நெற்றியிலே நாமம் இட்டு, காவி உடையை அணிந்து இராணுவ வீரன் போல அச்சுறித்தி நடந்து திரிகையில் அவனுக்கு முன்னால் உரித்த கோழியை போல் வெண்ணங்கியை ஒழித்து வைத்து விட்டு வேஷம் காட்டுகிற ஊழியகாரரே உங்களை பார்த்து தான் இதை சொல்கிறார். இந்த வேஷமான வஸ்திரங்களை விற்று எதிரிகள் வீழ்த்த பட்டயங்களை வாங்குங்கள். (லூக்.22:36)

இப்பொழுதே உங்கள் பட்டயத்தோடு கூட தேசத்தின் நீளமும், அகலமும் எம்மட்டோ அம்மட்டும் புறப்படுங்கள். அப்படி சுற்றி திரிகிற பொழுது ஆகாப் உங்களை கண்டு சாட்சி கொடுப்பான். "ஆகாப் எலி-யாவைக் கண்டபோது, ஆகாப் அவனை நோக்கி: இஸ்ரவேலைக் கலங்-கப்பண்ணுகிறவன் நீயல்லவா என்றான்." (1 இராஜாக்கள்.18:17). இப்-பொழுதே உலகத்தை கலக்குகிறவர்களாய் மாறுங்கள். உங்களை காண்-கிறவர்கள் அப்போஸ்தலர்.17:6ன்படி உலகத்தை கலக்குகிறவர்கள் இங்-கேயும் வந்திருக்கிறார்கள் என்பதை சாற்றட்டும். இதுவரை உலகத்தை கலக்கி கொண்டிருக்கிற பிசாசுகள் அலறி ஓடட்டும்.

முழு நேரப் பணிக்கு என்று தங்களை அர்பணித்த ஊழியர்களே, நீங்கள் ஆபிரகாமை போல, நீளமும், அகலமும் கண்டு பிடிக்க முடியாத இந்த தேசத்திற்குள்ளாய் நீங்கள் நடக்க ஆரம்பியுங்கள் (லூக்கா.5:9). உங்கள் பரிசுத்த பாதங்கள் இம்மண்ணில் பதியட்டும்.

சமாதானத்தை கூறி, நற்காரியங்களைச் சுவிசேஷமாய் அறிவித்து, இரட்சிப்பை பிரசித்தப்படுத்தி உன் தேவன் ராஜரீகம் பண்ணுகிறாரென்று சீயோனுக்கு சொல்லுகிற சுவிசேஷகனுடைய பாதங்கள் மலைகளின் மேல் எவ்வளவு அழகாயிருக்கின்றன (ஏசாயா.52:7).

உன்னுடைய பாதங்கள் மலைகளில் ஏறி சுவிசேஷத்தை அறிவிக்-கட்டும். இன்றைக்கு அநேக ஊழியர்கள் அரசு வேலைகளை ராஜினமா செய்து விட்டு மேன்மைகளை விட்டு விட்டு முழுநேர ஊழியர்களாய் வந்திருக்கிறார்கள். அவர்களுடைய முழுநேரப்பணியினை அட்டவணை-

யிட்டு பார்த்தால் மிகவும் வேடிக்கையாகவும், கேலி கூத்தாகவும் உள்-
ளது.

ஞாயிறு - 10-1 மணி ஆராதனை - 3 மணி நேரம்

திங்கள் - வீட்டு வேலை

செவ்வாய் - வீட்டு வேலை

புதன் - 6-8 வேதப்பாடம் - 2 மணி நேரம்

வியாழன் - வீட்டு வேலை

வெள்ளி - வீட்டு வேலை

சனி - 11-2 உபவாசக் கூட்டம் - 3 மணி நேரம்

ஆக மொத்தம் வாரத்திற்கு 8 மணி நேர ஊழியம்.

ஆக கர்த்தருக்காக பிரதர் நான் என்னுடைய அரசு வேலையை ராஜினாமா செய்து விட்டு முழு நேர ஊழியத்தில் இருக்கிறேன் எனக் கூசாமல் பொய் சொல்லும் ஊழியக்காரர்களே, ஒரு வாரத்திற்கு 7 நாட்கள் உண்டு அல்லவா? 7 நாட்களுக்கும் 168 மணி நேரங்கள் உண்டு அல்லவா? 168 மணி நேரத்தில் தசமபாகம் என்று பார்த்தால் கூட 16 மணி நேரம். அந்த நேரமாவது வேலை செய்யக்கூடாதா? (மல்கியா.3:8). தசமபாகத்தை அழுத்தி பிரசங்கிக்கும் ஊழியக்காரரே, இப்படி எஜமானுக்கு வேலை செய்யாமல் சம்பளத்தை எதிர்பார்ப்பது உங்கள் இருதயத்தை அழுத்தவில்லையா? ஆக உங்கள் அட்டவ-ணைப்படி மொத்தம் 8 மணி நேரம் ஊழியம் செய்கிறீர்கள். அதிலும் பிரதர் நான் சொந்த விஷயமாய் வெளியூரிலிருக்கிறேன், பிள்ளையின் படிப்பு விஷயமாய் வெளியூரிலிருக்கிறேன், மனைவியின் வேலை மாறு-தலுக்காக சென்னையில் இருக்கிறேன் என்று சொல்லி உங்கள் வாழ் நாளையே வீணடித்து விட்டீர்களே! பரலோக எஜமான் உங்களை ஊழி-யக்காரன் என்னும் பட்டியலில் வைத்திருக்கிறாரா? இல்லையா? என்-பதை சோதித்து பார்த்து விட்டு சொல்லுங்கள். உலக எஜமானுக்கு நீ வாரத்தில் 6 x 8 = 48 மணி நேரம் வேலை செய்தால் தான், உன்னை வேலைக்காரன் என அங்கீகரிப்பான். ராஜாவின் திராட்சத் தோட்த்தில் இப்படி வேலை செய்து எப்படி அவரை நீ திருப்திபடுத்துவாய்? வஞ்சிக்-கப்படாதிருங்கள், எச்சரிக்கை! சாத்தான் தனக்கு கொஞ்ச காலம் தான் உள்ளது என்பதை அறிந்து 24 x 7 வேகத்தில் வேலை செய்கிறான்.

இதைவிட நீங்கள் உங்கள் உலக வேலையையே உத்தமமாய் பார்த்-தால், உங்கள் சம்பளத்தை கொண்டு ஊழியத்தை தாங்கியிருக்கலாமே!

• 21 •

ஏன் ஐயா? இந்த கைவிடப்பட்ட நிலைமை. சோர்ந்து போகாதிருங்கள்! இன்றிலிருந்து அந்த அட்டவணையை திருத்தி அமைக்க முயற்றி செய்யுங்கள். இல்லாவிட்டால் எஜமான் நிரந்திரமாக உங்களை வீட்டு வேலையை செய்யும்படியாக(அமர்த்தி) பணி உயர்வு செய்து விடுவார். எச்சரிக்கை!

5

இழந்த மகிமையை மீட்க புறப்பட்டுவா!

ஏலீக்களே, பிள்ளைகளை நடத்த வேண்டிய வழியில் நடத்துங்கள்!

அவன் குமாரர் தங்கள் மேல் சாபத்தை வரப்பண்ணுகிறதை அவன் அறிந்திருந்தும், அவர்களை அடக்காமற் போன பாவத்தின் நிமித்தம், நான் அவன் குடும்பத்துக்கு என்றும் நீங்காத நியாயத்தீர்ப்பு செய்வேன் என்று அவனுக்கு தேவன் அறிவித்தார்.

ஏலியின் குமாரர் பேலியாளின் மக்களாயிருந்தார்கள். அவர்கள் கர்த்தரை அறியவில்லை.

அந்த ஆசாரியர்கள் ஜனங்களை நடப்பித்தவிதம் என்னவென்றால், எவனாகிலும் ஒரு பலியை செலுத்துங்காலத்தில் இறைச்சி வேகும் போது ஆசாரியனுடைய வேலைக்காரன் மூன்று கூறுள்ள ஒரு ஆயுதத்தை தன் கையிலே பிடித்து வந்து அதினாலே கொப்பரையிலாவது, சட்டியி-லாவது குத்துவான், அந்த ஆயுதத்தில் வருகிறதையெல்லாம் ஆசாரி-யன் எடுத்து கொள்வான். அப்படி அங்கே சீலோவிலே வருகிற இஸ்ரவேலருக்கெல்லாம் செய்தார்கள். கொழுப்பை தகனிக்கிறதற்கு முன்னும் ஆசாரியனுடைய வேலைக்காரன் வந்து பலியிடுகிற மனுஷனை நோக்கி ஆசாரியனுக்கு பொரிக்கும்படி இறைச்சி கொடு பச்சை இறச்சியே அல்-

லாமல் அவித்தை உன்கையிலே வாங்குகிறதில்லை என்பான். அதற்கு அந்த மனுஷன் இன்று செய்ய வேண்டியபடி முதலாவது கொழுப்பை தகனித்து விடட்டும், பிற்பாடு உன் மன விருப்பத்தின்படி எடுத்துக்கொள் என்று சொன்னாலும், அவன் அப்படியல்ல இப்பொழுதே கொடு இல்லாவிட்டால் பலவந்தமாய் எடுத்துக் கொள்வேன் என்பான். ஆதலால் அந்த வாலிபரின் பாவம் கர்த்தருடைய சந்நிதியில் மிகவும் பெரிதாயிருந்தது. மனுஷர் கர்த்தரின் காணிக்கையை வெறுப்பாய் எண்ணினார்கள். ஏலி மிகுந்த கிழவனாயிருந்தான். அவன் தன் குமாரர் இஸ்ரவேலுக்கெல்லாம் செய்கிற எல்லாவற்றையும் அவர்கள் ஆசரிப்புக் கூடாரத்தின் வாசலில் கூடங் கூடுகிற ஸ்திரிகளோடே சயனிக்கிறதையும் கேள்விபட்டு... (1 சாமுவேல்.2:22).

மேலே உள்ள வசனங்களையும், வேதத்தை திறந்து அதோடு தொடர்ந்து அந்த பகுதிகளையும் மிகவும் கவனமாய் வாசியுங்கள். 1 சாமுவேல்.3:11-18 வரை வாசித்து பாருங்கள். எனக்கு பிரியமான தேவனுடைய பிள்ளைகளே கர்த்தருடைய கோபம் ஏன் சபைக்குள் வர வேண்டும். கர்த்தருடைய கோபம் ஏன் தேசத்தின் மேல் வர வேண்டும் என்பதற்கு தெளிவான பதிலை நாம் இந்த பகுதியிலே காணலாம்.

கர்த்தருடைய கோபத்தை வருவிப்பதற்கு யார் காரணம்? பல பாவிகள் தேவையல்ல, ஒரே பாவி போதும். ஒரு மனிதனை சாகடிப்பதற்கு ஒரு பாட்டில் விஷம் தேவையில்லை, ஒரு சொட்டு போதும். அதே போல தேசத்தில் கர்த்தருடைய கோபத்தை பார்ப்பதற்கும் ஒரே பாவி போதும். எப்படி மனந்திரும்புகிற ஒரே பாவியைக் குறித்து பரலோகத்திலும், தேவதூதர் கூட்டத்திலும் மிகுந்த சந்தோஷம் உண்டாயிருக்குமோ (லூக்கா.15:7,10), அப்படியே பாவம் செய்கிற ஒரு பாவியின் நிமித்தம் தேசமே கலங்கடிக்கப்படும் யோசுவா.7:19-25 ஆம் வசனம் இவ்விதம் சொல்கிறது.

> "19. அப்பொழுது யோசுவா ஆகானை நோக்கி: மகனே, நீ இப்பொழுது இஸ்ரவேலின் தேவனாகிய கர்த்தரை மகிமைப்படுத்து, அவருக்கு முன்பாக அறிக்கைபண்ணி, நீ செய்ததை எனக்குச் சொல்லு; அதை எனக்கு ஒளிக்காதே என்றான்.

20. அப்பொழுது ஆகான் யோசுவாவுக்குப் பிரதியுத்தரமாக: மெய்யாகவே நான் இஸ்ரவேலின் தேவனாகிய கர்த்தருக்கு விரோதமாகப் பாவஞ்செய்தேன்.

21. கொள்ளையிலே நேர்த்தியான ஒரு பாபிலோனிய சால்வையையும், இருநூறு வெள்ளிச்சேக்கலையும், ஐம்பது சேக்கல் நிறையான ஒரு பொன்பாளத்தையும் நான் கண்டு, அவைகளை இச்சித்து எடுத்துக்கொண்டேன்; இதோ, அவைகள் என் கூடாரத்தின் மத்தியில் பூமிக்குள் புதைத்திருக்கிறது, வெள்ளி அதின் அடியிலிருக்கிறது என்றான்.

22. உடனே யோசுவா ஆட்களை அனுப்பினான்; அவர்கள் கூடாரத்துக்கு ஓடினார்கள்; அவனுடைய கூடாரத்தில் அது புதைத்திருந்தது, வெள்ளியும் அதின்கீழ் இருந்தது.

23. அவைகளைக் கூடாரத்தின் மத்தியிலிருந்து எடுத்து, யோசுவாவினிடத்திலும் இஸ்ரவேல் புத்திரர் எல்லாரிடத்திலும் கொண்டுவந்து, கர்த்தருடைய சமுகத்தில் வைத்தார்கள்.

24. அப்பொழுது யோசுவாவும் இஸ்ரவேலரெல்லாருங்கூட சேராகின் புத்திரனாகிய ஆகானையும், அந்த வெள்ளியையும் சால்வையையும் பொன்பாளத்தையும், அவன் குமாரரையும் குமாரத்திகளையும், அவன் மாடுகளையும் கழுதைகளையும் ஆடுகளையும், அவன் கூடாரத்தையும், அவனுக்குள்ள யாவையும் எடுத்து, ஆகோர் பள்ளத்தாக்குக்குக் கொண்டுபோனார்கள்.

25. அங்கே யோசுவா: நீ எங்களளைக் கலங்கப்பண்ணினதென்ன? இன்று கர்த்தர் உன்னைக் கலங்கப்பண்ணுவார் என்றான்;"

ஒரே ஆகான் தான். கர்த்தருக்கு துரோகம் செய்தபடியால் (யோசு.7:1) கர்த்தருடைய கோபம் இஸ்ரவேல் புத்திரர் மேல் மூண்டது. நடந்தது என்ன? அந்த ஆகானின் நிமித்தம் முதலாவது அழிவை பார்த்தது இஸ்ரவேலர் தான். கொஞ்ச ஜனமாகிய ஆயி மனுஷர்கள் கையில் இஸ்ரவேலில் சுமார் 36 பேர் வெட்டுண்டு சாவது மட்டுமல்ல இஸ்-

ரவேலருடைய இருதயமும் தண்ணீரை போல கரைந்து போயிற்று (யோசுவா.7:5).

தேசத்திலே சுனாமி வந்து விட்டது. லட்சம் லட்சமாய் மக்கள் மடிந்து விட்டார்கள் என்றால், மடிந்த லட்ச மக்கள் காரணமல்ல. நீயும், நானுமே காரணம். ஆகவே தண்டிக்கப்பட்ட, மடிந்து போன அவர்களுக்கல்ல, இன்னும் உயிரோடிருந்து உணராதிருக்கிற உன்னை பார்த்துதான் பேசுகிறார். கோரோசினே! உளக்கு ஐயோ, பெத்சாயிதாவே உனக்கு ஐயோ! உங்களில் செய்யப்பட்ட பலந்த செய்கைகள் தீருவிலும், சீதோனிலும் செய்யப்பட்டிருந்ததானால்... (மத்தேயு.11:20-24).

எனவே தீருவைப் பார்த்தும், சீதோனை பார்த்தும் சோதோம் கோமோராவை பார்த்தும் நீ உன்னை தேற்றிக் கொள்ள வேண்டாம். உனக்கு ஒரு அறுப்பு காலம் இனியல்லவோ இருக்கிறது.

6

கண் கெட்டுப்போன ஏலியே, உனக்கு ஐயோ!

மீண்டும் நாம் ஏற்கனவே வாசித்த 1 சாமுவேல்.3:13க்கு நேராய் கவனத்தை செலுத்துவோம். இதில் சொல்லப்பட்டுள்ளது, அவன் குமாரர் தங்கள் மேல் சாபத்தை வரப்பண்ணுகிறதை அவன் அறிந்திருந்தும் அவர்களை அடக்காமற் போன பாவத்தினிமித்தம், சகோதரரே, இதை வாசிக்கும் எனக்கு பிரியமான மக்களே, எது பாவம்? இது வரை நீங்கள் நினைத்திருக்கலாம், வேசித்தனம் தான் பாவம், விபச்சாரம் தான் பாவம், களவு தான் பாவம் என்று கூட நினைத்திருக்கலாம். உங்களைப் பார்த்து தான் இயேசு இவ்வாறாக மத்தேயு.23:24 இல் எச்சரிக்கிறார்,

> "குருடரான வழிகாட்டிகளே, கொசுகில்லாதபடி வடிகட்டி,
> ஒட்டகத்தை விழுங்குகிறவர்களாயிருக்கிறீர்கள்."

குருடரான வழிகாட்டிகளே முதலாவது ஜனங்களை வழிநடத்தி செல்-வதற்கு முன் நீங்கள் சரியான பாதைகளை தெரிந்து கொள்ளுங்கள். வேதம் சொல்கிறது ஏலி தன் பிள்ளைகளை அடக்காமற் போன பாவத்-

தினிமித்தம் இன்றைக்கும் தமிழகத்திலே அதிகம் கிறிஸ்தவர்கள் வாழ்கிற பகுதிகளிலே தான் தற்கொலை வெறி, விபச்சாரம், வேசித்தனம், களவு எல்லாம். இவர்களெல்லாம் யாருடைய பிள்ளைகள்? அவர்களுடைய பூர்வங்களைப் பார்த்தால் ஏலியை போன்ற ஊழியம் செய்தவர்களுடைய சந்ததி தான். எனவே தான் சாலோமன் ராஜா தன் புத்திமதியிலே, பிள்ளைகளை குறித்து அநேக காரியத்தை சொல்லுகிறார். நீதிமொழிகள்.20:11 இல்

"*பிள்ளையானாலும், அதின் செய்கை சுத்தமோ செம்மையோ என்பது, அதின் நடக்கையினால் விளங்கும்.*"

என்றும் நீதிமொழிகள்.22:6 இல் இவ்வாறாக கூறுகிறார்.

"*பிள்ளையானவன் நடக்கவேண்டிய வழியிலே அவனை நடத்து; அவன் முதிர்வயதிலும் அதை விடாதிருப்பான்.*"

இன்றைக்கு அநேகருக்கு முன்னால் தேசங்களுக்குள்ளாய், நாடுகளுக்குள்ளாய், கர்த்தர் என்னை பயன்படுத்துகிறார் என்றால் வேறு ஒன்றும் இல்லை. அன்றைக்கு என் தாயாருடைய கண்ணீரின் ஜெபம் என் தகப்பனாருடைய கொடூரமான கண்டிப்பும், இன்றைய என் மனைவியின் அர்ப்பணிப்புமே. என்னோடு கூட பிறந்தவர்கள் 5 பேர் உண்டு. எங்களிடம் அப்பா என்று கேட்டாலே நாங்கள் கொடுக்கும் விளக்கம் : கொடூரமான கண்ணடிப்பு என்றே இருக்கும். ஆகவே எங்கள் தகப்பனாருக்கு அன்பு இல்லை என்று நான் சொல்லவில்லை. அன்பு வைத்ததால் தான் எங்களை கண்டித்தார். அதனால் தான் இன்று நாங்கள் 6 பேருமே கர்த்தருடைய பிள்ளைகளாயும், ஊழியக்காரர்களாயும் இருக்கிறோம்.

அறிந்தும் அடக்காமற்போன பாவம் என வேதம் தெளிவாய் ஏலியை குறித்து கூறுகிறது. சின்ன சின்ன காரியங்களை அறிந்ததும் அடக்கிவிட்டோமானால் பெரிய பாவத்திற்கு இடமே இல்லை. ஆனால் ஏலியோ சீலோவிலே பிரதான ஆசாரியனாய் இருந்தும் ஏன் அவனால் அடக்க முடியவில்லை? ஏலியின் பிள்ளைகளுடைய பாவங்களும், அகற்கு

கிடைத்த தண்டனையையும் நீங்கள் வெளிச்சத்தில் கொண்டு வந்து பார்ப்பீர்களானால், 1 சாமுவேல்.2:12-22 வரை தெளிவாய் கூறுகிறது. இது ஏலி கண்டிக்காததால் ஏலியின் மூலமாக அவன் பிள்ளைகளினால் தேசத்திற்கு வந்த தண்டனை. எனவே தான் இயேசுவும் மற்றும் பவுலும் இப்படிபட்டவர்களை குறித்து ஒரே காரியத்திற்க ஒப்பிடுகின்றனர் (மத்-தேயு.16:11,12; 1 கொரிந்தியர்.5:11).

இப்படிப்பட்ட உபதேசங்கள் பரிசேயருடைய புளித்தமாவிற்கு ஒப்பாய் இருக்கிறது. புளித்தமா என்றால் நீங்கள் உடனே வேறுபடுத்தி பார்க்க வேண்டும். பரலோக ராஜ்யமும் புளித்தமாவிற்கு தான் ஒப்பிடப்பட்டுள்-ளது. இதிலிருந்து நாம் விளங்கி கொள்ள வேண்டியது என்னவென்றால் புளித்தமா மிகவும் வேகமாய் மற்ற மாவையும் உப்பிபோக பண்ணும். அதேபோல் பரிசேயருடைய உபதேசம் உன்னை உப்பிப் போகப்பண்ணும். பரலோக உபதோம் - அவனை உப்பி போக பண்ணும். நீ எந்த புளித்த-மாவாய் இருக்கிறாய். பூவோடு சேர்ந்த நாரும் மணக்கும். நீ பூவானால், பரலோக புளித்தமாவாயிருந்தால் உன்னோடு இருக்கும் நாராகிய உலக மனுஷனை இழுத்து உன் மாவினால் அவனும் புளித்து பரலோகத்திற்கு பங்கடைய வேண்டுமே ஒழிய, மாறாக நீ அவனுடன் போய் அந்த பரி-சேயர், சதுசேயர் கூட்டத்தில் சேர்ந்து அந்த புளித்தமா உன் வாழ்க்-கையை கெடுத்து, அவனோடு நரகத்தின் மகனாய் மாறி விடாதே. எச்ச-ரிக்கை! (1 கொரிந்தியர்.5:9-11). நீ பரலோக புளித்தமாவிற்கு பின்னால் போகிறாயா? அல்லது பரிசேயர் சதுசேயருடைய அநீதியாகிய புளித்த-மாவிற்கு பின்னால் போகிறாயா?

இது ஒரு சங்கிலி தொடர் வினையாகும். கண்கெட்ட ஏலி + சாபமான பிள்ளைகள் + விசுவாசிகளுக்கு வேதனை + மனைவிக்கு வேதனை + சபையில் குழப்பம் + நேசத்திற்கே வேதனை + உடன்-படிக்கை பெட்டி எதிரிகள் கையில் + இக்கபோத் (மகிமை எடுபட்டு போகிறது) + இறுதியில் குடும்பத்தோடு சாவு.

ஏலியின் பிள்ளைகளின் பாவமும் இது தான். ஏலி பிள்கைளை அடக்காததால்,

1. பேலியாளின் பிள்ளைகளாய் இறந்தார்கள்.

2. கர்த்தரை அறியவில்லை. (அப்பா ஆசாரியன், பிள்ளைகள் வயிறு தெய்வத்தின் பூஜாசாரிகள்)

3. வயிறு தான் அவர்கள் தெய்வம் (பிலிப்பியர்.3:19,20)

4. ஆட்டை கடித்து, மாட்டை கடித்ததுபோல கொப்பறையை கடித்து, பானையை கடித்து, சருவத்தை கடித்து, சட்டியை கடித்து, கடைசியாக பலியிட வந்த பெண்களையே ருசிபார்த்து விட்டார்கள்.

5. என்னப்பா பெரிய கடவுள், கட்டளை பிரமாணம் அதெல்லாம் ஒன்றும் இல்லை, பச்சையோ, அவித்ததோ, லஞ்ச பணமோ, கொள்ளை பணமோ, கறுப்பு பணமோ, சிவப்பு பணமோ, பரவாயில்லை. முதலாவது எங்களுக்கு கொடுங்கள், கொழுப்பையெல்லாம் தகனிக்க வேண்டாம். நாங்களும் கொழுக்க வேண்டாமோ? (ரோமர்.16:17,18).

யார் எப்படி போனாலும் சரி, ஒரு கூட்டம் நடத்தினால் எங்களுக்கு காணிக்கைகளையும் தந்து 10 லட்சமும் தந்து விட வேண்டும். ஏன் என்றால் நாங்கள் வரத்தை கோடி கொடுத்தல்லவா வாங்கி வைத்தி-ருக்கிறோம் என்று சொல்லுகிற ஊழியக்காரரே, கொஞ்சம் கொழுப்பை தகனித்து சாப்பிட பிரயாசப்படுங்கள், "இலவசமாய் பெற்றீர்கள், இலவ-சனாய் கொடுங்கள்"

இப்படி ஏலியின் பிள்ளைகளை போல விலைபேசி ஒப்பந்தம் போட்டு, எழுப்புதல் கூட்டம் நடத்தும் எந்த ஊழியக்காரரானாலும் சரி, ஏலிக்கும், ஏலியின் பிள்ளைகளுக்கும் வந்த நிலைமை உங்களுக்கும் வந்து விடக் கூடாது. அது என்ன நிலைமை என உங்கள் இருதயத்-திற்குள்ளே கேள்வி கேட்கிறீர்களா? தொடர்ந்து வாசியுங்கள்.

7

சாபம் - 1

உன்னோடு பண்ணப்பட்ட உடன்படிக்கை, கர்த்தரால் ரத்து செய்யப்படும்!

1 சாமுவேல்.2:30 இல் தேவன் இவ்வாறு உரைக்கிறார்,

> "உன் வீட்டாரும் உன் பிதாவின் வீட்டாரும் என்றைக்கும்
> என் சந்நிதியில் நடந்து கொள்வார்கள் என்று நான் நிச்ச-
> யமாய்ச் சொல்லியிருந்தும், இனி அது எனக்குத் தூரமாயி-
> ருப்பதாக."

எவ்வளவு வேதனை பாருங்கள். அநேக ஊழியக்காரர் குடும்பத்தில் இது தான் இன்றைக்கு நடந்து கொண்டிருக்கிறது.

> "என் ஜனமாகிய இஸ்ரவேலின் காணிக்கைகளிலெல்லாம்
> பிரதானமானவைகளைக்கொண்டு உங்களைக் கொழுக்கப்-
> பண்ணும்படிக்கு, நீ என்னைப்பார்க்கிலும் உன் குமாரரை
> மதிப்பானேன் என்கிறார்.
>
> 1 சாமுவேல்.2:29"

எத்தனை ஊழியக்காரரை பார்த்து கர்த்தர் இந்த கேள்வியை கேட்கி-
றார்?

> " நல்லது, உத்தமமும் உண்மையுமுள்ள ஊழியக்காரனே,
> கொஞ்சத்திலே உண்மையாயிருந்தாய், அநேகத்தின்மேல்
> உன்னை அதிகாரியாக வைப்பேன்; உன் எஜமானுடைய
> சந்தோஷத்திற்குள் பிரவேசி என்றான்.
>
> மத்தேயு.25:23 "

உங்களை தட்டிக் கொடுத்து இந்த வெகுமதியை கர்த்தரிடத்தில் பெற
எத்தனை பேர் ஆயத்தமாய் இருக்கிறார்கள்? அதெல்லாம் பிரதர் இப்ப
நடக்கவா போகுது! அதற்குள், என் பெலன் குறைவதற்குள் எப்படி-
யாவது கொழுத்த காணிக்கைகளை வாங்கி, எலிசாவிற்கு தேவையோ,
தேவையில்லையோ அதெல்லாம் எனக்கு முக்கியமல்ல, எஜமானுடைய
சந்தோஷமும் பெரிதல்ல, இங்கே இருக்கிற சந்தோஷமே போதும் என
நினைத்த கேயாசியை போல, 2 இராஜாக்கள்.5:20-20ன் படி நாகமான்
துடைத்து போட்ட குஷ்டத்தை தலையில் வாரி கொண்டு நித்தியத்தை
நிந்திய அக்கினியில் கழிக்க இங்கேயே தயாராகி கொண்டிருக்கும்
அருமை ஊழியர்களே, உங்கள் வசூல் வேட்டையை கொஞ்சம் நிறுத்-
துங்கள். 1 சாமுவேல்.2:16,17ன் படி இந்த வசூல் வேட்டை, கர்த்தரு-
டைய சந்நிதியில் பெரியதாயிருப்பது மட்டுமல்ல, மனுஷரும் கூட கர்த்-
தரின் காணிக்கையை வெறுப்பாய் எண்ணினார்கள். உங்கள் காணிக்கை
பிரசங்கத்தை கேட்டு தொடர் மயக்க நிலையில் இருக்கும் உங்கள் விசு-
வாசிகள் சுய நினைவுக்கு வர கொஞ்சம் இடைவெளி அல்லது ஓய்வு
கொடுங்கள்.

கர்த்தர் இவ்வளவு கண்டித்தும், ஏலியை போல வேண்டாம். அந்த
பரம சந்தோஷம், இந்த உலகத்திலே நல்ல தொழில் இது தான் என
தொடர்ந்து உங்கள் ஓட்டத்திலே நீங்கள் ஓடிக்கொண்டு இருப்பீர்களா-
னால் கர்த்தர் உங்களை பார்த்து தான் சொல்கிறார், நீ இனி எனக்கு
தூரமாய் இருப்பாயாக! கர்த்தர் எனக்கு தூரம் ஆகிவிட்டால் மற்ற எல்-
லாமே எனக்கு சமீபம் தானே.

வெளிநாட்டு பணத்திற்கு கள்ள கணக்கு எழுதலாம். பத்திரிகையில் பொய் சாட்சிகளை ஜோடிக்கலாம். இணையதளத்தில் பொய் பிரச்சா-ரத்தை வெளியிடலாம். ஒன்றை தான் கேட்டேன். இரட்டிப்பாய் கிடைத்-தது என்று யோசிப்பீர்களானால், கேயாசியை போல சுமந்து கொண்டு வர நேரிடும், எச்சரிக்கை! இப்படி உன் வாழ்க்கை இருக்குமானால் நீ தான் எண்ணெய் இல்லா விளக்கு, நீ தான் எரிபொருள் இல்லா வாகனம், நீ தான் தொடர்பு துண்டிக்கப்பட்ட மின்விளக்கு, நீ தான் சிம்-கார்டு இல்லாத தொலைபேசி!

8

சாபம் - 2

உன் புயத்தையும், உன் பிதாக்களின் புயத்தையும் கர்த்தர் தறித்துப்போடுவார்!

1 சாமுவேல்.2:31 இல் தேவன் இவ்வாறு உரைக்கிறார்,

> "உன் புயத்தையும் உன் பிதாவின் வீட்டாருடைய புயத்-
> தையும் நான் தறித்துப்போடும் நாட்கள் வரும்."

கர்த்தருடைய வேதம் ஏசாயா.51:9இல் இவ்வாறாக சொல்கிறது,

> "எழும்பு, எழும்பு, பெலன்கொள்; கர்த்தரின் புயமே, முந்-
> தின நாட்களிலும் பூர்வ தலைமுறைகளிலும் எழும்பினபடி
> எழும்பு; இராகாபைத் துண்டித்ததும் வலுசர்ப்பத்தை வதைத்-
> ததும் நீதானல்லவோ?"

பூர்வ நாட்களில், முந்தின நாட்களில் உன் புயம் (பெலன்) நன்றாக
தான் இருந்தது. பூர்வத்தை நினைத்து திருப்திபடாதே. ராகாப்பை துண்-
டித்ததும், வலுசர்ப்பத்தை வதைத்ததும் நீதானல்லவோ! சங்கீதம்.37:4
மற்றும் 89:10 இவ்வாறாக உரைக்கிறது, என்னை அறிந்தவர்களுக்-

குள்ளே ராகாபையும், பாபிலோனையும் குறிந்து பேசுவேன். நீர் ராகாபை வெட்டுண்டு, ஒருவனை போல நொறுக்கினீர், உமது வல்லமையான புயத்தினால் உம்முடைய சந்துருக்களை சிதறடித்தீர்.

மேற்குறிப்பிட்ட வசனங்களிலிருந்து, ராகாப் என்பது மேட்டிமை, பெருமை, பாபிலோன், எகிப்து என்னும் அர்தங்களையுடைய சொல் என்பதை அறியலாம். இது கடலில் உள்ள ஒரு வலுசர்ப்பத்தை குறிப்-பதாகும். புயம் என்பது பெலத்திற்கு அப்பாற்பட்டதாகும். கர்த்தர் உன் பெலனாயிருந்தால், அது புயமாக வெளிபடும். அப்போது நீ பெருமை மற்றும் பேட்டிமையாகிய உடைக்க முடியாத காரியங்களை உடைத்து, வெளியே வருவாய். சத்துருவை துண்டித்து உன்னை வதைக்க நினைக்-கும் சத்துருவை வதைப்பாய். எகிப்தின் அடிமைத் தனத்தை விட்டு, ஏசாயா.51:10ன் படி மகா ஆழத்தின் தண்ணீர்களாகிய சமுத்திரத்தை வற்றி போக பண்ணி, மீட்கப்பட்டவர்கள் கடந்து போக கடலின் பள்ளங்-களை வழியாக்குவாய். ஆனந்தக்களிப்புடன் பாடி சீயோனுக்கு திரும்-புவாய், நித்திய மகிழ்ச்சி உங்கள் தலையின் மேல் வரும். சஞ்சலமும் தவிப்பும் ஓடிப்போம்.

ஆனால் மாறாக கர்த்தர் உங்களை பார்த்து சொல்லுகிறார், நீ உன்-னுடைய வாழ்க்கையை ஏலியின் வாழ்க்கையை போல் மாற்றினால், எல்லாவற்றையும் இழந்து உன் புயத்தையும், உன் பிதாவின் வீட்டாரு-டைய புயத்தையும் நானே (கர்த்தரே) தறித்து போடும் நாட்கள் வரும் என்று சொல்லுகிறார்.

உபாகமம்.33:27 இவ்வாறாக வாக்கு கொடுக்கிறது,

"அநாதி தேவனே உனக்கு அடைக்கலம்; அவருடைய நித்திய புயங்கள் உனக்கு ஆதாரம்; அவர் உனக்கு முன்-னின்று சத்துருக்களைத் துரத்தி, அவர்களை அழித்துப்-போடு என்று கட்டளையிடுவார்."

அவர் புயம் உன்னிடத்தில் இருப்பதால் சத்துருக்களின் மேல் உனக்கு அதிகாரத்தை தந்து, அவர்களை அழிக்க உனக்கு கட்டளை கொடுக்-கிறார். இதை தான் மத்தேயு.10:1ல் இயேசு செயல்படுத்தி காட்டுகிறார்.

அப்பொழுது அவர் தம்முடைய பன்னிரண்டு சீஷர்களையும் தம்-மிடத்தில் வரவழைத்து அசுத்த ஆவிகளை துரந்தவும், சகல வியா-திகளையும், சகல நோய்களையும் நீக்கவும் அவர்களுக்கு அதிகாரம் கொடுத்தார்.

உன்னை ஊழியத்திற்கு அழைத்தவர், மிஷனரியாக அனுப்புகிறவர், அப்போஸ்தலனாய் அனுப்புகிறவர், ஒரு பிள்ளையை காட்டிற்குள் அனுப்பும் போது தைரியாய் போ, ஆனால் மறக்காமல் அப்பாவின் துப்-பாக்கியை கொண்டு போ என கொடுத்து அனுப்புவது போல், அதிகா-ரத்தையும், புயத்தையும் கொடுத்து அனுப்பினார். உன்னுடைய பாவத்தி-னால் இழந்து போனாயே!

9

சாபம் - 3

நீ உபத்திரவத்தை காண்பாய்!

1 சாமுவேல்.2:32 இல் கர்த்தர் இவ்வாறு உரைக்கிறார்,

"இஸ்ரவேலுக்குச் செய்யப்படும் சகல நன்மைக்கும் மாறாக என் வாசஸ்தலத்திலே உபத்திரவத்தைக் காண்பாய்; ஒரு-போதும் உன் வீட்டில் ஒரு கிழவனும் இருப்பதில்லை."

கர்த்தரை பார்க்க வேண்டிய கண்கள், அவருடைய மகிமையை பார்க்க வேண்டிய கண்கள், தரிசனத்தை பார்க்க வேண்டிய கண்கள், மாறாக உபத்திரவத்தை காணும் கண்களாய் மாறிவிட்டன. காரணம் மத்-தேயு.6:22,23 வசனத்தைப் பார்த்தால், வேதம் தெளிவாய் சொல்லுகிறது:

"22. கண்ணானது சரீரத்தின் விளக்காயிருக்கிறது; உன் கண் தெளிவாயிருந்தால், உன் சரீரம் முழுவதும் வெளிச்ச-மாயிருக்கும்.

23. உன் கண் கெட்டதாயிருந்தால், உன் சரீரம் முழுவதும் இருளாயிருக்கும்; இப்படி உன்னிலுள்ள வெளிச்சம் இரு-ளாயிருந்தால், அவ்விருள் எவ்வளவு அதிகமாயிருக்கும்!"

சத்துருவின் பிரதான வேலையே உன் கண்களை கெடுத்து தேவ பிரசன்னத்தை இழக்க செய்து உபத்திரவப்படுத்துவது தான். ஆதி பெற்றோர்களிடத்தில் அவன் கையாண்ட முதல் தந்திரமே, இதுவரை உபத்திரவத்தை பார்க்காத நீங்கள் இதை புசித்து உங்கள் கண்கள் அசுத்தத்தை நோக்கட்டும், உபத்திரவத்தை (சாபத்தை) சம்பாதிக்கட்டும் என்பது தான்.

> " 4. அப்பொழுது சர்ப்பம் ஸ்திரீயை நோக்கி: நீங்கள் சாகவே சாவதில்லை;
>
> 5. நீங்கள் இதைப் புசிக்கும் நாளிலே உங்கள் கண்கள் திறக்கப்படும் என்றும், நீங்கள் நன்மை தீமை அறிந்து தேவர்களைப்போல் இருப்பீர்கள் என்றும் தேவன் அறிவார் என்றது.
>
> 7. அப்பொழுது அவர்கள் இருவருடைய கண்களும் திறக்கப்பட்டது; அவர்கள் தாங்கள் நிர்வாணிகள் என்று அறிந்து, அத்தியிலைகளைத் தைத்து, தங்களுக்கு அரைக்-கச்சைகளை உண்டுபண்ணினார்கள்.
>
> ஆதியாகமம்.3:4,5 ,7 "

கர்த்தருடைய கட்டளைக்கு கீழ்ப்படியாமல் சாத்தானுக்கு இடம் கொடுக்-கும் போது உன் கண்களால் உபத்திரவத்தை மட்டுமே பார்க்க முடியுமே, தவிர ஆசிர்வாதத்தை பார்க்க முடியாது.

> " 15. நீதியாய் நடந்து, செம்மையானவைகளைப் பேசி, இடுக்கண் செய்வதால் வரும் ஆதாயத்தை வெறுத்து, பரி-தானங்களை வாங்காதபடிக்குத் தன் கைகளை உதறி, இரத்-தஞ்சிந்துவதற்கான யோசனைகளைக் கேளாதபடிக்குத் தன் செவியை அடைத்து, பொல்லாப்பைக் காணாதபடிக்குத் தன் கண்களை மூடுகிறவனெவனோ,
>
> 16. அவன் உயர்ந்த இடங்களில் வாசம்பண்ணுவான்; கன்-மலைகளின் அரண்கள் அவனுடைய உயர்ந்த அடைக்-கலமாகும்; அவன் அப்பம் அவனுக்குக் கொடுக்கப்படும்;

அவன் தண்ணீர் அவனுக்கு நிச்சயமாய்க் கிடைக்கும்.
17. உன் கண்கள் ராஜாவை மகிமை பொருந்தினவராகக்
காணும், தூரத்திலுள்ள தேசத்தையும் பார்க்கும்.

ஏசாயா.33:15-17"

மேலே உள்ள வேத பகுதியை வாசித்துப் பார்த்தால், ஏன் உன் கண்கள் உபத்திரவத்தை பார்க்கிறது? என்று சிந்திக்க தூண்டும். உன்னால் தான்? ஆகவே தான் தீர்க்கதரிசி சொல்கிறார், உன் கண்கள் ராஜாவை மகிமை பொருந்தினவராகவும், தூரத்திலுள்ள மகிமையின் இராஜாவின் தேசத்-தையும் பார்க்க கூடியது. ஐயோ உன்னுடைய கிட்ட பார்வையால், அசுத்தத்தை பார்க்கிறாய், இடுக்கண் செய்து ஆதாயம் தேடுகிறாய், பரி-தானங்களை தேடி பார்த்து வாங்குகிறாய்.

கொலை வெறியின் கண்கள், பொல்லாப்பை பார்க்கும் கண்கள், சத்-துருவிற்கு செவிகொடுத்து மகிமையை இழந்து ஏசாயா தீர்க்கன் உரைத்த மேற்கூறிய யாவற்றையும் வேட்டை நாய் வெறியோடு பார்ப்பது போல பார்த்து உபத்திரவத்தை தேடி இராஜாவின் மகிமையையும், பரலோக தரிசனத்தையும் இழந்து விட்டாயே.

10

சாபம் - 4

உன் வீட்டில் ஒரு கிழவனும் இருப்பதில்லை!

எவ்வளவு பெரிய சாபம் பாருங்கள். கர்த்தருக்கு ஊழியம் செய்து சீலோ- விலே இருந்து தேவலாயத்தில் பிரதான ஆசாரியனாய் இருந்து அநேக- ருக்காக மன்றாடிய ஏலியின் குடும்பத்திற்கு கர்த்தர் கொடுக்கும் வெகு- மதி, உன் வீட்டில் ஒரு கிழவனும் இருப்பதில்லை. 2008ம் ஆண்டு மார்ச் மாதம் நான் குவைத் தேசத்தில் ஊழியம் செய்து கொண்டிருக்கும் போது, பிலிப்பைன்ஸ் நாட்டை சேர்ந்த ரேச்சல் என்னும் ஒரு இளம் நர்ஸ் என்னிடத்தில் ஜெபிப்பதற்காக நேரம் கேட்டு வந்தார்கள். அவர்- கள் வருவதற்கு முன்னமே 1 சாமுவேல்.7:3ஐ அவர்களுக்கு விவரித்து சொல்லி ஜெபிக்க என் ஆவியில் ஏவப்பட்டேன், அந்த நர்ஸ் வந்ததும் என்னிடம் கூறிய காரியம் பிரதர் கடந்த 2-3 தலைமுறைகளாக எங்- கள் குடும்பத்தில் 40 வயதிற்கு மேற்பட்டவர்களே கிடையாது. என்னு- டன் பிறந்தவர்களும் எல்லோரும் மரித்து போனார்கள், நானும் இப்பொ- ழுது கொடிய கேன்சரால் பிடிக்கப்பட்டு என் நாட்களும் எண்ணப்பட்டு கொண்டிருக்கிறது என்று தலையில் கட்டியிருந்த துணியை கழற்றி என் தலையை பாருங்கள், நோயின் கொடூரத்தால் ஒரு முடி கூட இல்லை என்று சொல்லி அழுதார்கள். அவர்களுக்கு நான் கர்த்தர் சொன்னப- டியே, 1 சாமுவேல்.7:3 வசனத்தை போதித்தேன்,

"அப்பொழுது சாமுவேல் இஸ்ரவேல் குடும்பத்தார் யாவ-
ரையும் நோக்கி: நீங்கள் உங்கள் முழு இருதயத்தோடும்
கர்த்தரிடத்தில் திரும்புகிறவர்களானால், அந்நிய தேவர்க-
ளையும் அஸ்தரோத்தையும் உங்கள் நடுவிலிருந்து விலக்கி,
உங்கள் இருதயத்தைக் கர்த்தருக்கு நேராக்கி, அவர் ஒரு-
வருக்கே ஆராதனைசெய்யுங்கள்; அப்பொழுது அவர் உங்-
களைப் பெலிஸ்தருடைய கைக்கு நீங்கலாக்கிவிடுவார் என்-
றான்."

இந்த வசனத்தை கேட்டவுடனே அந்த பெண் கண்ணீரோடு ஒப்புக்
கொடுத்தார். நான் ஒரு ரோமன் கத்தோலிக்க திருச்சபையைச் சார்ந்-
தவள். இந்த சத்தியம் வேதத்தில் உள்ளது என்று யாருமே எனக்கு
சொல்லி கொடுக்கவில்லையே. இன்றையிலிருந்து இதற்கு கீழ்படிந்து
எங்கள் குடும்பத்தை பழிவாங்கி கொண்டிருக்கும் பெலிஸ்தியனை ஜெயிப்-
பேன் என்று கூறி I am healed, I am healed என Room
முழுவதும் நடந்து கத்தினார்கள். கண்டிப்பாக கர்த்தர் எனக்கு பூரண
சுகம் கொடுப்பர். நான் அவருடைய இந்த சுவிசேஷத்தை உலகம் எங்-
கும் சொல்வேன் எனக் கூறினாள். யோபுவை பார்த்து அவன் நண்பன்,
யோபு.5:26 இல் இவ்வாறாக சொல்லுகிறான்,

"தானியம் ஏற்றகாலத்திலே அம்பாரத்தில் சேருகிறதுபோல,
முதிர்வயதிலே கல்லறையில் சேருவீர்."

ஏசாயா.65:20 இவ்வாறாக உரைக்கிறது,

"அங்கே இனி அற்ப ஆயுசுள்ள பாலகனும், தன் நாட்கள்
பூரணமாகாத கிழவனும் உண்டாயிரார்கள்; நூறு வயது-
சென்று மரிக்கிறவனும் வாலிபனென்று எண்ணப்படுவான்,
நூறு வயதுள்ளவனாகிய பாவியோ சபிக்கப்படுவான்."

மேலே கூறிய ஆசிர்வாதம் உனக்கு தான். நீ உண்மையும், உத்தம-
முமான ஊழியக்காரனானால் உன் வயது பூரணமாகாமல், நீ இளை-

பாறமாட்டாய். நீ நூறு வயது சென்றாலும் உன்னை பார்க்கிறவர்கள் வாலிபன் என்றே சொல்லுவார்கள். உன்னுடைய முடிக்கு வர்ணம் பூச வேண்டிய அவசியம் இல்லை. கர்த்தருடைய ஞானமே போதும், அது உன் தலைக்கு அலங்காரமான முடியைக் கொடுக்கும்; அது மகிமை-யான கிரீடத்தை உனக்குச் சூட்டும் (நீதிமொழிகள்.4:9) ஞானிகளுக்கு முடி அவர்கள் செல்வம்; மூடரின் மதியீனம் மூடத்தனமே (நீதிமொழி-கள்.14:24). நீதியின் வழியில் உண்டாகும் நரைமயிரானது மகிமையான கிரீடம் (நீதிமொழிகள்.16:31). வாலிபரின் அலங்காரம் அவர்கள் பராக்-கிரமம்; முதிர்வயதானவர்களின் மகிமை அவர்கள் நரை (நீதிமொழி-கள்.20:29). ...அதின் ஒரு மயிரையாவது வெண்மையாக்கவும் கறுப்-பாக்கவும் உன்னால் கூடாதே (மத்தேயு.5:36) என்று இயேசு தாமே கூறியுள்ளார்.

இவ்வளவு தெளிவாய் கூறிய பின்னும் நரைக்கு வர்ணம் அடித்து சரீரத்தை கெடுத்து விட்டு, பிரசங்க பீடத்தில் இளம் வயதும் வாலிபமும் மாயையே என அடித்து பேசும் ஊழியக்காரர்களே, வேண்டாம்! உங்கள் மகிமையையும், கிரீடத்தையும் ஜனங்கள் பார்த்து ரசிக்கட்டுமே! பூரண ஆயுசை நாடுங்கள். ஒரு காலேப்பை போல, 84 வயதான விதவையான அன்னாளை போல ஊழியத்தை நிறைவேற்றுங்கள்.

ஆபிரகாமை குறித்து தேவன் சொல்லும் போது ஆதியாகமம்.15:15 இல் தேவன் இவ்வாறு கூறுகிறார்,

"*நீ சமாதானத்தோடே உன் பிதாக்களிடத்தில் சேருவாய்;*
நல்ல முதிர்வயதிலே அடக்கம்பண்ணப்படுவாய்."

தாவீதைக் குறித்து, கர்த்தருடைய இருதயத்திற்கு எற்றவனாகிய அவனைகே குறித்து வேதம் 1 நாளாகமம்.29:28 இல் இவ்விதம் சொல்-கிறது,

"*அவன் தீர்க்காயுசும் ஐசுவரியமும் மகிமையுமுள்ளவனாய்,*
நல்ல முதிர்வயதிலே மரணமடைந்தபின்,"

பின்னும் அப்போஸ்தலர்.13:36 இவ்விதமாக உரைக்கிறது,

"தாவீது தன் காலத்திலே தேவனுடைய சித்தத்தின்படி அவருக்கு ஊழியஞ்செய்தபின்பு நித்திரையடைந்து, தன் பிதாக்களிடத்திலே சேர்க்கப்பட்டு, அழிவைக் கண்டான்."

ஏன் உங்கள் ஊழியம் பாதியிலே பிடுங்கப்படுகிறது? ஏன் நீங்கள் முதிர்-வயதை காணமல் சாக வேண்டும்? இது ஏலியின் குடும்பத்தின் சாபம் அல்லவா? இது ஏன் உங்கள் மீது வந்து விடிய வேண்டும்? தாவீதை போல தீர்க்காயுசை நாடுங்கள். நல்ல முதிர்வயதில் மரணமடையுங்கள். ஏன் வெளிப்பாடும், கர்த்தருடைய தரிசனமும் கிடைத்த வாலிப நாட்க-ளிலே கர்த்தருடைய வார்த்தைக்கு கீழ்படியாமல், கிழட்டு தீர்க்கதரிசியின் சத்தியத்திற்கு செவிகொடுத்து சிங்கத்தால் அடிக்கப்பட்டு உன் பிரேதம் ரோட்டிலே கிடக்க வேண்டும்? (1 இராஜாக்கள் 13:29)

11

சாபம் - 5

❦

உன் வம்சத்திலுள்ள யாவரும் வாலவயதிலே சாவார்கள்! ஓப்னியும், பினெகாஸும் ஒரே நாளில் சாவார்கள்!

வாலவயது, வாலிபம் என்பது மனிதனுடைய வாழ்க்கையிலே மிகவும் முக்கியமான காலமாகும். வாலிபத்தில் சாவு என்றால் எப்படி ஜீரணிகக் முடியும். இது தூக்கு தண்டனைக்கு நாள் குறிக்கப்பட்ட கைதியை போலாகும்.

யோபு சரித்திர புஸ்தகம் 33:24,25 வசனம் இவ்வாறாக கூறுகிறது,

> "24. அவர் அவனுக்கு இரங்கி, அவன் படுகுழியில் இறங்காதபடிக்கு: நீர் அவனை இரட்சியும்; மீட்கும் பொருளை நான் கண்டுபிடித்தேன் என்பார்.
>
> 25. அப்பொழுது அவன் மாம்சம் வாலிபத்தில் இருந்ததைப்-பார்க்கிலும் ஆரோக்கியமடையும்; தன் வாலவயது நாட்க-ளுக்குத் திரும்புவான்."

மீட்பாகிய கர்த்தரை கண்டுபிடித்தால் மட்டுமே படுகுழியாகிய பாதாளத்-திற்குள் இறங்காதபடிக்கு உன் மாம்சத்தை ஆரோக்கியமாக்கி உன்னை

வாலவயது நாட்களுக்கு சமானமாய் திருப்புவார்.

> "நன்மையினால் உன் வாயைத் திருப்தியாக்குகிறார்; கழு-
> குக்குச் சமானமாய் உன் வயது திரும்ப வாலவயது போலா-
> கிறது.
>
> சங்கீதம்.103:5"

பின்னும்,

> "5. வாலவயதின் குமாரர் பலவான் கையிலுள்ள அம்புக-
> ளுக்கு ஒப்பாயிருக்கிறார்கள்.
> 6. அவைகளால் தன் அம்பறாத்தூணியை நிரப்பின புரு-
> ஷன் பாக்கியவான்; அவர்கள் நாணமடையாமல் ஒலிமுக-
> வாசலில் சத்துருக்களோடே பேசுவார்கள்.
>
> சங்கீதம் .127:5,6"

வாலவயதின் குமாரர்களை உடையவர்கள் பாக்கியவான்கள் என வேதம்
கூறுகிறது. அவர்கள் வெட்கமடையாயல், சத்துருக்களோடே பேசுவார்-
கள். உன் சகோதரன் உன்மேல் வைத்த கோபம் தணிந்து, நீ அவனுக்-
குச் செய்ததை அவன் மறந்தபின், நான் ஆள் அனுப்பி, அவ்வி-
டத்திலிருந்து உன்னை அழைப்பிப்பேன்; நான் ஒரே நாளில் உங்கள்
இருவரையும் ஏன் இழந்துபோகவேண்டும் - ஆதியாகமம்.27:45

யாக்கோபை நேசித்து ஏசாவை ரெபேக்காள் வெறுத்தாலும், தகப்-
பனின் ஆசீர்வாதத்தை ஏமாற்றி யாக்கோபிற்கு வாங்கி கொடுத்தாலும்,
ஏசாவின் பெண்ஜாதி நிமித்தம் அவள் உயிர் அவளுக்கு வெறுப்பானா-
லும், ஒரே நாளில் உங்கள் இருவரையும் எப்படி இழப்பேன் என்கிறாள்.
இப்படிபட்ட சாபமான அடையாளங்களுக்கு தப்பி அவருடைய செட்-
டைகளுக்குள் அடைக்கலத்தை காண்போம்.

12

சாபம் - 6

ஒரு வெள்ளி பணத்திற்காகவும், ஒரு அப்புத்துணிக்கைக்காகவும் ஊழியம்!!

ஊழியக்காரரே உங்கள் மேல் இருக்கிற அபிஷேகம் எவ்வளவு விலை-யேறப்பெற்றது தெரியுமா? நீ எவ்வளவு விலையேறப்பெற்றவன் தெரி-யுமா? உன்னுடைய பெலன் உனக்கே தெரியவில்லை.

நம்மிடத்தில் அன்பு கூர்ந்து தமது இரத்தத்தினாலே நம்முடைய பாவங்களற நம்மை கழுவி, தம்முடைய பிதாவாகிய தேவனுக்கு முன்-பாக நம்மை இராஜாக்களும், ஆசாரியர்களுமாக்கின அவருக்கு மகி-மையும், வல்லமையும் என்றென்றைக்கும் உண்டாயிருப்பதாக. ஆமென்.

> "எங்கள் தேவனுக்குமுன்பாக எங்களை ராஜாக்களும் ஆசாரியர்களுமாக்கினீர்; நாங்கள் பூமியிலே அரசாளுவோம் என்று புதிய பாட்டைப் பாடினார்கள்.
>
> வெளிப்படுத்தின விசேஷம். 5:10 "

மேலே உள்ள இரண்டு வசனங்களையும் வாசித்து பாருங்கள். நீ யாரு-டைய வேலைக்காரன்? எந்த ஆதீனத்திலிருந்து கைகெட்டி சம்பளம் வாங்க வேண்டியவன்? யார் உள்ளன கட்டுபடுத்தி வேலை வாங்க

வேண்டியவர்?

நம்மில் அன்புகூர்ந்து தமது இரத்தத்தினாலே நம்முடைய பாவங்களற நம்மை கழுவி, தம்முடைய பிதாவாகிய தேவனுக்கு முன்பாக நம்மை ராஜாக்களும் ஆசாரியர்களும் என்று சொல்லப்பட்டிருக்கிறது. அப்படியானால் நீ தேவனுடைய வீட்டில் வேலை, செய்கிறவன். தேவனுடைய கஜானாவில் இருந்து சம்பளம் வாங்க வேண்டியவன். அவரால் போஷிக்கப்பட வேண்டியவன். ஆனால் உனக்கு தேவையான தகுதி என்ன? தேவனின் அன்பு உன்னில் ஊற்றப்பட்டிருக்க வேண்டும். அவர் தமது இரத்தத்தால் உன் பாவத்தை கழுவி தம்முடைய பிதாவின் முன்பாக உன்னை அறிக்கை செய்து ஊழியக்காரனாய் அபிஷேகம் செய்திருக்க வேண்டும். அப்படியானால் நீங்கள் தான் பூமியை அரசாளுகிறவர்கள். ஆனால் இன்றைய ஊழியக்காரர்கள் நிலையோ நேர் தலை கீழாய் உள்ளது. மீகா என்கிற ஒருவன் நியாயாதிபதிகள்.17:7-13லே, ஆசாரியனை அபிஷேகம் செய்கிற காரியம் சித்தரிக்கப்பட்டுள்ளது. கர்த்தர் கூறிய எந்தவித தகுதியும் இல்லாமல் நியாயாதிபதிகள்.17:8ல் அந்த மனுஷன் எங்கேயாகிலும் பரதேசியாய் போய் தங்க ஊரை விட்டு பிரயாணம் போகையில் மீகா அவனை பார்த்து நீ என்னிடத்தில் இரு நான் உனக்கு 10 வெள்ளி காசும், மாற்று வஸ்திரமும் ஆகாரமும் கொடுப்பேன் என ஒப்பந்தம் பேசி ஊழியத்திற்கு அபிஷேகிக்கிறான்.

இன்றைக்கும் ஊழியர்கள் நிலை இதுதான். மற்ற பிள்ளைகள் எல்லாம் நன்றாக படித்தவர்கள். எனவே மருத்துவர்களாகவும், பொறியாளர்களாகவும் அமெரிக்க ஐக்கிய நாடுகளிலே வேலைக்கு சேர்த்து விட்டேன். இளைய பையனோ படிக்காமல் ஊதாரியாய் அலைகிறான். எப்படியாவது டிகிரி வரை படிக்க வைத்து விட்டு, மீகாவை போன்ற தலைவர்களை பிடித்து வேத கலாசாலைக்கு அனுப்பி போதகராக்கிவிட வேண்டும். இவனுடைய ஊழியம் எப்படி இருக்கும். இவனை அபிஷேகம் செய்கிற மீகாக்கள் எப்படி இருப்பார்கள். முடிவு என்ன தெரியுமா? மீகாவிற்கும் அவன் அபிஷேகம் பண்ணின லேவியனுக்கும் என்ன நிலையோ அது தான் இவர்களுக்கும். இப்படி ஊழியக்காரர்கள் வருவதால் ஊழியங்கள் அட்டூழியங்களாய் மாறி வருகின்றன. இது யாருடைய சாபம். ஏலிக்கு தேவன் கொடுத்த சாபம். இன்றும் விடாமல் தொடர்ந்து வருகிறது.

மந்தையை மேய்த்து பாலை கறந்து குடிக்க வேண்டிய மேய்ப்பர்கள் தலைமைகளுக்கு துதிபாடி. துதிபாடி மந்தைகளிலேயே பிரிவினையை உண்டாக்கி கொண்டிருக்கிறார்கள் (கலாத்தியர்.1:10-12).

எனவே சாமுவேலை போன்ற ஊழியர்கள் எழும்பி, சவுலின் துணி- கரத்தையும், புத்தியீனத்தையும் அடக்கும் இடத்தில் சாமுவேலுக்கு பதில் சவுலுக்கு வலது பக்கத்தில் நின்று அப்பத்துணிக்கைக்காக ஊழியம் செய்து சவுலின் ஆவிகளை தேசத்தில் கட்டவிழ்த்து விட்டு வேடிக்கை பார்க்கும் ஏலியின் சந்ததியாகிய அபியாக்கள் மலிந்து விட்டனர் (1 சாமுவேல்.14:3). தாங்கள் தேவனுடைய மனுஷன் அல்ல என்பதை, நிரூபிக்க உலக மனுஷனுக்கு நடுங்கி கமிற்றிக்கு கட்டுப்பட்டு, தேவனு- டைய கட்டளைகளையும் பிரமாணங்களையும் அவமாக்கி,

"மனுஷருடைய கற்பனைகளை உபதேசங்களாகப் போதித்து, வீணாய் எனக்கு ஆராதனை செய்கிறார்கள்"

என்னும் மத்தேயு.15:9 வசனத்தின்படி வீணான ஆராதனை செய்து மத்- தேயு.23:4-15 வரை உள்ள வேத வாக்கியத்தின் படி ஜனங்களை நரகத்- தின் மகனாக்குகிறீர்கள். இன்றே கீழ்படியுங்கள்.

13

ஏலிக்களே...

"1. சாமுவேல் என்னும் பிள்ளையாண்டான் ஏலிக்கு முன்-
பாகக் கர்த்தருக்குப் பணிவிடை செய்துகொண்டிருந்தான்;
அந்நாட்களிலே கர்த்தருடைய வசனம் அபூர்வமாயிருந்தது;
பிரத்தியட்சமான தரிசனம் இருந்ததில்லை.

2. ஒருநாள் ஏலி தன்னுடைய ஸ்தானத்திலே படுத்துக்-
கொண்டிருந்தான்; அவன் பார்க்கக்கூடாதபடிக்கு அவனு-
டைய கண்கள் இருளடைந்திருந்தது.

3. தேவனுடைய பெட்டி இருக்கிற கர்த்தருடைய ஆலயத்-
தில் தேவனுடைய விளக்கு அணைந்துபோகுமுன்னே சாமு-
வேலும் படுத்துக்கொண்டிருந்தான்.

4. அப்பொழுது கர்த்தர், சாமுவேலைக் கூப்பிட்டார்.
அதற்கு அவன்: இதோ, இருக்கிறேன் என்று சொல்லி,

1 சாமுவேல் 3: 1-4"

ஏலியும் ஏலியின் பிள்ளைகளும், செய்த பாவத்தின் நிமித்தம் தேவன்
ஏலியின் குடும்பத்திற்கு மாத்திரம் அல்ல, இஸ்ரவேலுக்கு ஒரு காரி-
யத்தை செய்ய போகிறார். அதை கேட்கிற ஒவ்வொருவன் இரண்டு
காதிலும் அது தொனித்து கொண்டிருக்கும் எனக் கூறுகிறார். ஆனால்
நாமோ கேட்டும் இரண்டு காதுகளையும் அடைத்துக் கொண்டு நடக்கி-

றோம்.

ஆனால் தேவன் அந்த காரியத்தை ஏலியினிடத்தில் வெளிப்படுத்த விரும்பவில்லை. ஏலியின் பிள்ளைகளிடத்தில் வெளிப்படுத்த விரும்பவில்லை. ஆனால் கர்த்தரின் பணிவிடைக்காரனாகிய சின்ன சாமுவேலினிடத்தில் வெளிப்படுத்திவிட்டார். வெட்கப்பட வேண்டாம். ஐயா நான் தலைமை போதகர், நான் சபை ஸ்தாபகர். நான் தான் நிரந்தர செயலாளர், நீ யாராய் இருந்தாலும் பரவாயில்லை, உன்னோடு பேச தேவனுக்கு பிரியமில்லை (வெளிப்படுத்தின விசேஷம்.3:1,2).

"உன் தேவனாகிய கர்த்தர் உன்னை இரட்சிக்கவும், உன் சத்துருக்களை உனக்கு ஒப்புக்கொடுக்கவும், உன் பாளயத்-திற்குள்ளே உலாவிக்கொண்டிருக்கிறார்; ஆகையால், அவர் உன்னிடத்தில் அசுசியான காரியத்தைக் கண்டு, உன்னை-விட்டுப் போகாதபடிக்கு, உன் பாளயம் சுத்தமாயிருக்கக்கட-வது.

உபாகமம்.23:14 "

சுத்தமாக இருக்க வேண்டிய பாளையம் ஏலியின் நாட்களிலே இருளாய் போய்விட்டது. எனவே ஏலியோடு பேச வேண்டிய கர்த்தர், சாமுவேலோடு பேசினார். ஏலியின் பாவங்கள் என்ன என்பனவற்றை நாம் தொடர்ந்த பார்போம்.

1. அந்நாட்களில் கர்த்தருடைய வசனம் அபூர்வமாய் இருந்தது.
2. பிரத்தியட்சமான தரிசனம் இல்லை.
3. அவன் பார்க்க கூடாதபடிக்கு, அவனுடைய கண்கள் இருளடைந்திருந்தது.
4. கர்த்தருடைய ஆலயத்தில் விளக்கு அணையப்போகிறது.

எனவே தேவனாகிய கர்த்தர் இஸ்ரவேலில் யுத்தத்தை உண்டாக்கி பெட்டியை பெலிஸ்தர் கையில் ஒப்பு கொடுத்து விட்டார். இன்றைக்கு நாம் பார்க்க போகும் பிரதான காரியமே எதிரியின் கையில் இருக்கும் உடன்படிக்கை பெட்டியை யார் மீட்பது? எப்படி மீட்பது? அதற்கு

கொடுக்க வேண்டிய விலைக்கிரயம் என்ன? அதை கொடுத்து மீட்டு வர சேனையாய் நாம் புறப்படலாமா?

மட்டுமல்ல தேவனுடைய பெட்டி பிடிபட்டதும் அல்லாமல், கர்த்தர் சொல்லியிருந்தபடியே ஒப்னி, பினெகாஸ் ஆகிய ஏலியின் இரண்டு குமாரர்களும் யுத்தத்திலே மாண்டு போனார்கள். இந்த செய்தி கேட்டு ஏலியும் ஆசனத்திலிருந்து கீழே விழுந்து பிடரி முறிந்து செத்துப் போகி-றான். ஏலியினுடைய மருமகள் நிறை கர்ப்பிணி, செய்தி கேட்டு மரிக்-கும் தருவாயில் ஒரு ஆண் பிள்ளையை பெற்று, அந்த பிள்ளையின் மேல் சிந்தை வைக்காமல் தேவனுடைய பெட்டிக்காக ஏங்கி, "இக்க-போத்" அதாவது மகிமை இஸ்ரவேலை விட்டு ஏடுபட்டு விட்டது, என்று பேரிட்டாள்.

இதோடு ஏலியின் வரலாறு முடிந்து விட்டாலும், இழந்து போன மகிமையை, பிடிபட்ட பெட்டியை மீண்டும் கொண்டு வர வேண்டியது நம் கடமையல்லலா? முந்தின ஆதாமுடைய மகிமையை விட பிந்தின ஆதாமின் மகிமை பெரிதல்லவா? முந்தின இரசத்தை விட பிந்திய இரசம் ருசி கூடினதல்லவா....முந்தின ஆலயத்தை விட பிந்திய ஆலயத்தின் மகிமை பெரிதல்லாவா! ஆதாம் மகிமை இழந்து போனதும், இழந்து போன மகிமை போனால் போகட்டும் என்று பிதா இருக்கவில்-லையே. அந்தபடியே முந்தின மனுஷனாகிய ஆதாம் ஜீவாத்துமாவா-னான் என்றெழுதியிருக்கிறது. பிந்தின ஆதாம் உயிர்பிக்கிற ஆவியான-வர். ஆகவே தான் 1 கொரிந்தியர் 15:45-47 இவ்விதமாக, உரைக்கிறது,

"45. அந்தப்படியே முந்தின மனுஷனாகிய ஆதாம் ஜீவாத்துமாவானான் என்றெழுதியிருக்கிறது; பிந்தின ஆதாம் உயிர்ப்பிக்கிற ஆவியானார்.

46. ஆகிலும் ஆவிக்குரிய சரீரம் முந்தினதல்ல, ஜென்மச-ரீரமே முந்தினது; ஆவிக்குரிய சரீரம் பிந்தினது.

47. முந்தின மனுஷன் பூமியிலிருந்துண்டான மண்ணான-வன்; இரண்டாம் மனுஷன் வானத்திலிருந்து வந்த கர்த்தர்.

ஆகிலும் ஆவிக்குரிய சரீரம் பிந்தினது."

"நான் அவரே, நான் முந்தினவரும் நான் பிந்தினவரு-
மாமே.

ஏசாயா.48:12"

முந்தின ரசத்தை விட பிந்தின ரசத்தின் மகிமையே அதிகமாயிருக்கும். முந்தின ஏலியும், ஏலியின் வம்சத்தின் மூலமும், இக்கபோத் இழந்து போன மகிமையை மீட்டு கொண்டு வர நிர்பந்தமான மனுஷன் நான் என்று இருந்து விடாமல் மாம்சத்தின்படி பிழைத்தால் சாவீர்கள், ஆவி- யினாலே சரீரத்தின் செய்கைகளை அழித்தால் பிழைப்பீர்கள். (ரோமர்.8:13) ஆவிக்குரிய ஆதாமோடு இணைந்து சரீரத்தின் செய்கை- களை அழித்து எழும்புவோம். ஆமென்.

14

இழந்த உடன்படிக்கை பெட்டியை மீட்க பசுக்களை போல புறப்பட்டு போ!!

―――――✵―――――

கர்த்தருடைய பெட்டியை எப்படி கொண்டு வருவது?

"7. இப்போதும் நீங்கள் ஒரு புதுவண்டில் செய்து, நுகம்-பூட்டாதிருக்கிற இரண்டு கறவைப்பசுக்களைப் பிடித்து, அவைகளை வண்டிலிலே கட்டி, அவைகளின் கன்றுக்குட்-டிகளை அவைகளுக்குப் பின்னாகப் போகவிடாமல், வீட்-டிலே கொண்டுவந்து விட்டு,

8. பின்பு கர்த்தருடைய பெட்டியை எடுத்து, அதை வண்-
டிலின்மேல் வைத்து, நீங்கள் குற்றநிவாரண காணிக்கையாக
அவருக்குச் செலுத்தும் பொன்னுருப்படிகளை அதின் பக்-
கத்தில் ஒரு சிறிய பெட்டியிலே வைத்து, அதை அனுப்பி-
விடுங்கள்.

1 சாமுவேல்.6:7,8"

"12. அப்பொழுது அந்தப் பசுக்கள் பெத்ஷிமேசுக்குப்
போகிற வழியிலே செவ்வையாய்ப் போய், வலது இடது பக்-
கமாய் விலகாமல், பெரும்பாதையான நேர்வழியாகக் கூப்-
பிட்டுக்கொண்டே நடந்தது; பெலிஸ்தரின் அதிபதிகள் பெத்-
ஷிமேசின் எல்லைமட்டும் அவைகளின் பிறகே போனார்-
கள்.

13. பெத்ஷிமேசின் மனுஷர் பள்ளத்தாக்கிலே கோதுமை
அறுப்பு அறுத்துக்கொண்டிருந்தார்கள்; அவர்கள் தங்கள்
கண்களை ஏறெடுக்கும்போது, பெட்டியைக் கண்டு, அதைக்
கண்டதினால் சந்தோஷப்பட்டார்கள்.

14. அந்த வண்டில் பெத்ஷிமேஸ் ஊரானாகிய யோசுவா-
வின் வயலில் வந்து, அங்கே நின்றது; அங்கே ஒரு பெரிய
கல்லிருந்தது; அப்பொழுது வண்டிலின் மரங்களைப் பிளந்து,
பசுக்களைக் கர்த்தருக்குச் சர்வாங்கதகனபலியாகச் செலுத்-
தினார்கள்.

1 சாமுவேல்.6:12-14"

மேலே குறிப்பிட்டுள்ள பகுதி முழுவதும் உங்களுக்கு நன்றாக புரியும்
வரை படித்துக் கொண்டேயிருங்கள். பின் தொடர்ந்து இதை வாசி-
யுங்கள். பிடிபட்ட கர்த்தருடைய பெட்டியை (சாத்தானுடைய கையில்
பிடிபட்ட ஆத்துமாக்களை சிங்கத்தின் வாயிலும், கரடியின் வாயிலும்
இருந்து) ஆடுகளை, எப்படி மீட்டு கொள்வது என சிந்தியுங்கள்.
அதற்கு உங்கள் பங்கு என்ன? நீங்களே முடிவு செய்யுங்கள்.

பெலிஸ்திய பூஜாசாரிகளும், குறிச்சொல்லுகிறவனும் தெளிவாய்
சொல்லுகிறான். ஆனால் 40-50 வருடம் கிறிஸ்தவன் என்னும் பேரில்

வாழ்கிற நீயும் நானுமோ நரி முழிக்கிறது போல் கண்களை உருட்டி பார்த்துக் கொண்டிருக்கிறோம். பெட்டி பிடிபட்டால் கர்த்தர் பார்த்து கொள்வார் பிரதர். நான் என்ன செய்யுமுடியும் என்று உள்ளத்தின் ஆழத்தில் திருப்தியும் அடைகிறோம்.

மேலே குறிப்பிட்டுள்ள வேதப்பகுதியில் இருந்து நீயும், நானும் என்ன செய்யலாம் என்பதை மட்டும் இப்பகுதியில் தியானித்து முடிப்போம்.

இப்பகுதியில் மிகவும் அதிகமாய் அழுத்தி முக்கியத்துவம் கொடுக்-கப்பட்டிருப்பது 2 பசு மாடுகளுக்கு தான். அந்த பசு மாடுகளை மட்டும் நான் இங்கே விளக்கமாய் சுட்டி காட்ட விரும்புகிறேன்.

1. நுகம் பூட்டாத இரண்டு பசு மாடு
2. கன்றுக்குட்டிகளை பிரிந்து வருகிற பசு மாடு
3. வலது இடது புறம் போகாமல் நேர் வழியாய் போகும் பசுமாடு
4. கூப்பிட்டு கொண்டே போகும் பசுமாடு
5. தங்களையே சர்வாங்க தகனபலியாய் அர்பணித்த பசுமாடு

எனக்கு அருமையானவர்களே. மேலே 5 காரியங்களை குறிப்-பிட்டுள்ளேன். ஏலியும், ஏலியின் பிள்ளைகளின் பாவத்தால் பிடிபட்ட உடன்படிக்கை பெட்டி என நான் முந்தைய பகுதியிலே விளக்கியிருந்-தேன். யார் மூலம் வந்த சாபம் ஆனாலும் சரி அதை நம்முடைய தலையில் ஏற்றுக் கொள்ள ஆயத்தமாகி கொள்ள வேண்டும், இது தான் ஊழியம். எனக்கன்பானவர்களே,

> " தேவன், தம்முடைய ஒரேபேறான குமாரனை விசுவா-
> சிக்கிறவன் எவனோ அவன் கெட்டுப்போகாமல் நித்தியஜீ-
> வனை அடையும்படிக்கு, அவரைத் தந்தருளி, இவ்வளவாய்
> உலகத்தில் அன்புகூர்ந்தார்.
>
> யோவான் *3:16* "

சாபத்திற்குள்ளான உலகத்தை யார் சாபத்திற்குள்ளாக்கினது என்பது விவாதம் அல்ல. தன்னையே ஜீவபலியாய் ஒப்புவித்து மீட்டது தான் பெரிய தியாகம். ஒரே குமாரனை பாவ சாப உலகத்தில் மிஷனரி பணிக்கு அனுப்புவது தான் தியாகம். அதே போல யாருக்காக பெட்டி பிடிபட்டது? மகிமை எனக்காகவா இஸ்ரவேலை விட்டு எடுபட்டது?

நானா மிஷினரியாய் போக வேண்டும்? இதெல்லாம் கேள்வி கேட்டுக் கொண்டிருக்கிற காலம் இதுவல்ல. இது செயல்படும் காலம்.

15

நுகம் பூட்டாத இரண்டு பசுமாடு

1.நுகம் பூட்டாத இரண்டு பசுமாடு :

நுகம் என்பது சுமையோடு தொடர்புடையது. இதுவரை நீ சத்துருவுக்கு அடிமையாய் இருந்திருக்கலாம். உலகத்துக்கு அடிமையாய் இருந்திருக்-கலாம், மாம்சத்திற்கு அடிமையாய் இருந்திருக்கலாம். ஆனால் என்-றைக்கு நீ பெட்டியை மீட்டு கொண்டு வரும் பசுவாய் உன்னை ஒப்புக்-கொடுக்க முன் வருவாயோ, அன்றே உன்னை அபிஷேகித்து,

> " அந்நாளில் உன் தோளினின்று அவன் சுமையும், உன்
> கழுத்தினின்று அவன் நுகமும் நீக்கப்படும்; அபிஷேகத்தி-
> னால் நுகம் முறிந்துபோம்.
>
> ஏசாயா.10:27 "

> " அசீரியனை என் தேசத்திலே முறித்து, என் மலைகளின்-
> மேல் அவனை மிதித்துப்போடுவேன்; அப்பொழுது அவனு-
> டைய நுகம் அவர்கள்மேலிருந்து விலகி, அவனுடைய
> சுமை அவர்கள் தோளிலிருந்து நீங்கும்.

ஏசாயா.14:25 "

இந்த இரண்டு வசனங்களையும் நீங்கள் வாசித்து பார்த்தால் ஏன் நுகம் பூட்டப்படாத பசு தேவை என விளங்கும். சாதாரணமாக நுகம் எதற்கு வைக்கப்படும் என்றால் பாரமான சுமை சுமப்பதற்கு. ஏற்கனவே நீ பாரமான சுமை சுமந்து கொண்டிருப்பாயானால், உலக கவலையினால், பாவத்தால் தொய்ந்து சுமக்க முடியாமல் அழிவை நோக்கி போய் கொண்டிருப்பாயானால், அவரிடம் வரும் போது உன்னை அபிஷேகித்து, உன்னை அடிமைபடுத்தி வைத்திருக்கிற அசீரியனை நிர்மூலமாக்கி, அந்நாளில்தானே அந்த சுமையை நீக்கி உனக்கு ஓர் விடுதலையை கொடுத்து விடுவார்.

" *நான் அவர்கள் நுகத்தின் கயிறுகளை அறுத்து, அவர்களை அடிமைகொண்டவர்களின் கைக்கு அவர்களை நீங்கலாக்கி விடுவிக்கும்போது, நான் கர்த்தர் என்று அறிந்துகொள்வார்கள்.*

எசேக்கியா.34:27 "

இனி நீ அடிமை அல்ல. உன்னை பார்த்து தான் இயேசு அறைகூவல் விடுகிறார்.

" *28. வருத்தப்பட்டுப் பாரஞ்சுமக்கிறவர்களே! நீங்கள் எல்லாரும் என்னிடத்தில் வாருங்கள்; நான் உங்களுக்கு இளைப்பாறுதல் தருவேன்.*
30. என் நுகம் மெதுவாயும் என் சுமை இலகுவாயும் இருக்கிறது என்றார். வருத்தப்பட்டு பாரஞ்சுமக்கிறவர்களே! நீங்கள் எல்லாரும் என்னிடத்தில் வாருங்கள். நான் உங்களுக்கு இளைப்பாற

மத்தேயு 11:28,30 "

இதுவரை நுகம் என்ற எல்லா இடத்திலேயும் நுகத்தை தொடர்ந்து சுமையே வருகிறது. எனவே நீ பெட்டியை சுமக்க ஆயத்தமானால்,

• 58 •

ஊழியம் செய்ய ஆயத்தமானால், மிஷினெரியாய் கடந்து போக ஆயத்-
தமானால், அந்நிய நுகம் முறிக்கப்பட்டு விடுதலையோடு கடந்து வா.
ஏனென்றால் நீ இங்கே கர்த்தருக்காக சுமக்க வேண்டும். எனவே வேதம்
சொல்கிறது,

> "நப்தலி விடுதலைபெற்ற பெண்மான்; இன்பமான வசனங்-
> களை வசனிப்பான்.
>
> ஆதியாகமம்.49:21"

எனவே எரேமியா தீர்க்கதரிசி புலம்பலில் வாலிபர்களுக்கு இவ்விதமான
ஆலோசனையைக் கொடுக்கிறார்,

> "27. தன் இளம்பிராயத்தில் நுகத்தைச் சுமக்கிறது மனு-
> ஷனுக்கு நல்லது.
> 28. அவரே அதைத் தன்மேல் வைத்தாரென்று அவன்
> தனித்திருந்து மௌனமாயிருக்கக்கடவன்.
>
> புலம்பல்.3:27,28"

உங்கள் பாவ நுகத்தடிகளை முறித்து வெளியே வர தேவசமூகத்தில்
அனுதினமும் காத்திருங்கள். நுகத்தோடு எத்தனை நாள் தான் உங்கள்
வாழ்க்கையை கழிக்க போகிறீர்கள். மீண்டும் மீண்டும் நுகத்திலே சிக்கி
கொள்ளாதிருங்கள். பூர்வகாலம் துவக்கி நான் உன் நுகத்தடியை
முறித்து, உன் கட்டுகளை அறுத்தேன். நான் அடிமைபடுவதில்லை-
யென்று நீயும் சொன்னாயே.

> "ஆகிலும், உயரமான சகல மேட்டின்மேலும், பச்சையான
> சகலமரத்தின்கீழும் நீ வேசியாய்த் திரிகிறாய்.
>
> எரேமியா.2:20"

என்று கர்த்தர் உன்னைக் குறித்து வேதனைப்படுகிறார். சலிக்காமல்
விடுதலையான நிலையில் கர்த்தருடைய நுகத்தை சுமக்க ஒப்புக்கொடு.

இராணுவத்திற்கு போவோம் வாருங்கள்

16

கன்று குட்டிகளை பிரிந்து வருகிற பசுமாடு

2. கன்று குட்டிகளை பிரிந்து வருகிற பசுமாடு:

இது உடன்படிக்கை பெட்டியை கமக்க ஆயத்தமாயிருக்கிற பசுமாடுகளின் தியாகத்தை குறிக்கிறது. எனக்கன்பான ஊழியர்களே, விலைகிரயம் இல்லாமல், தியாகம் இல்லாமல் ஊழியம் இல்லை. ஏன் உங்கள் ஊழியம் ஒரு வளர்ச்சியை காண முடியவில்லை? நீங்கள் அதற்குரிய கிரயத்தை இன்னும் செலுத்தவில்லை. ஆபிரகாம், ஈசாக்கை தன்னுடைய ஏகசுதன் என்றும் பாராமல், 100 வயதிலே கர்த்தர் வாக்குத்தத்தம் செய்து கொடுத்த புத்திரன் என்றும் பாராமல், சாராளிடம் கூட சொல்லாமல், தன்னோடே கூட வந்த வேலைக்காரர்கக்கு கூட தெரியாமல் ஈசாக்கை கிரயமாய் செலுத்த சென்றானே. அப்பொழுது தான் அவனுக்கு ஆசீர்வாதத்தின் வாசல் திறக்க ஆரம்பித்தது.

"16. நீ உன் புத்திரன் என்றும், உன் ஏகசுதன் என்றும் பாராமல் அவனை ஒப்புக்கொடுத்து இந்தக் காரியத்தைச் செய்தபடியால்;

17. நான் உன்னை ஆசீர்வதிக்கவே ஆசீர்வதித்து, உன் சந்ததியை வானத்து நட்சத்திரங்களைப் போலவும், கடற்-கரை மணலைப்போலவும் பெருகவே பெருகப் பண்ணு-வேன்..

ஆதியாகமம்.22:16,17"

நான் உங்களிடத்தில் தாழ்மையாய் கேட்கிறேன், கர்த்தருக்காகவும் அவருடைய இராஜ்ஜியத்தின் பணிக்காகவும் உங்களை பாதிக்கிற அளவிற்கு முதன்மையானதை, உங்கள் ஜீவனத்துக்குரியத்தை நான் ஏற்கனவே எழுதியிருக்கிற படி உங்கள் ஜீவனாய் நீங்கள் நினைக்கும் காரியத்தை அற்பணியுங்கள்.

மத்தேயு.10:37-39 இல் இயேசு இவ்வாறு சொல்லுகிறார்,

"37. தகப்பனையாவது தாயையாவது என்னிலும் அதிக-மாய் நேசிக்கிறவன் எனக்குப் பாத்திரன் அல்ல; மகனை-யாவது மகளையாவது என்னிலும் அதிகமாய் நேசிக்கிறவன் எனக்குப் பாத்திரன் அல்ல.

38. தன் சிலுவையை எடுத்துக்கொண்டு என்னைப் பின்பற்றாதவன் எனக்குப் பாத்திரன் அல்ல

39. தன் ஜீவனைக் காக்கிறவன் அதை இழந்து-போவான்; என்னிமித்தம் தன் ஜீவனை இழந்துபோகிறவன் அதைக் காப்பான்."

ஆக, தகப்பன், தாய், மகன், மகள் இவர்களை தன் ஜீவனாய் கருதி என்னிலும் அதிகமாய் நேசித்தால் அவன் அதை இழந்து போகிறான், என்கிறார்.

இன்றைக்கு என் வெற்றியுள்ள மிஷினரிகளாய் பிரகாசிக்க முடி-யவில்லை. இது தான் காரணம். யுத்தக்களமாகிய மிஷினரி களத்தில் வந்தவர்கள் கூட தொடர்ந்து நிற்க முடியாமல் அந்த கொஞ்ச ஆடுகள்

• 62 •

எங்கே? என்கிற கேள்வியோடு என் குடும்பம், என் மகன், மகள், மைத்துனன் எனக் கூறி பின்னிட்டு போய் விடுகிறார்கள். உனக்குள்ளே கண்டிப்பாக அந்த இயேசுவின் ஏக்கம், இந்த ஜனங்களுக்காக பரித-பிக்கிறேன் என்ற இயேசுவின் சிந்தனை உனக்கு இருக்குமானால், உன்-னுடைய ஜனத்தை குறித்த வேதனை இருக்குமானால், உன் சொந்த ஊரையும், குடும்பத்தையும் பார்த்து செக்கிலே கட்டப்பட்டமாடு போல சுற்றி சுற்றி வரமாட்டாய். தேவனைகுறித்த வைராக்கியம், இஸ்ரவேலின் தேவனை நிந்திப்பதற்கு, இந்த விருத்தசேதனம் இல்லாத பெலிஸ்தியன் எம்மாத்திரம் என்கிற வெளிபாடு, அவனுக்கு முன்பாக நிற்க முடியாமல் இஸ்ரவேலின் சமஸ்த ராஜாவாகிய சவுலும் ஜனங்களும் பயந்து ஒளிக்-கிற அனுபவத்தையும் பார்த்த தாவீதால் எப்படிங்க கொஞ்ச ஆடுகளை மேய்த்து கொண்டிருக்க முடியும். நீ இந்த உலகத்திலே அனுப்பப்பட்ட-தற்கு உரிய முகாந்தரம் தெரிந்து விட்டால் உன்னால் எப்படி குடும்பம் என்கிற அந்த கொஞ்ச ஆடுகளுக்காய் உன் ஜீவனை பணயம் வைத்து உன் ஆத்துமாவை அழித்துக் கொண்டிருப்பாய்.

உங்களை பார்த்து தான் சொல்லுகிறேன் "அதிகாலையில் எழுந்து தாவீது பண்ணினது போல உங்கள் கொஞ்ச ஆடுகளை பரம காவலா-ளியாகிய கர்த்தரிடத்தில் ஒப்புவித்து விட்டு வறுத்த பயிறையும், அப்-பங்களையும், பால் கட்டிகளையும், மூட்டையாய் கட்டி ரஸ்துகளை காக்கிறவனிடத்தில் போட்டு விட்டு, இன்னும் பெலிஸ்தியன் கையிலே குற்றுயிரும், கொலையுயிருமாய் தொடை நடுங்கி கிடக்கும் சகோத-ரர்களை எட்டி பார்த்து விட்டு ஓடிவிடாமல் முகாந்திரமாகிய கூழாங்-கல்லை எடுத்து கோலியாத்தை வீழ்த்த, அர்ப்பணிப்பிர்களா? தேசத்தில் கோலியாத்தின் கொட்டம் அடங்க அர்பணியுங்கள். தாவீதாய் எழும்-புங்கள், கொஞ்ச ஆடுகளையும், மனைவிகளையும், பிள்ளைகளையும் காவலாளியாகிய கர்த்தரிடத்தில் ஒப்புக்கொடுத்து புறப்படுங்கள். உடன்ப-டிக்கை பெட்டியை கொண்டு வர உங்கள் மூலம் தேசம் ஆனந்த சந்-தோஷமடையட்டும் (1 சாமுவேல்.17 ஆம் அதிகாரம்).

17

வலது இடதுபுறம் போகாமல் நேர்வழியாய் போகும் பசுமாடுகள்

---

3. வலது இடதுபுறம் போகாமல் நேர்வழியாய் போகும் பசுமாடுகள்:

ஒரே நோக்கம். இரண்டு பசுமாடுகளும் தங்கள் பிள்ளைகளை, தேசத்தை, ஜனங்களை இழந்து வந்தாலும், ஒன்றும் அவைகளை பின்னடைய செய்யவில்லை. வலது பக்கம் நல்ல செழிப்பான புல்தரை உள்ளது. இடது பக்கம் நல்ல விளைச்சலான வயல் நிலம் உள்ளது என எதையும் பார்க்காமல் நேர் வழியாக உடன்படிக்கை பெட்டி போய் சேரவேண்டிய இடத்திற்கு போகட்டும் என்கிற ஒரே எண்ணத்தோடே போய் கொண்டிருந்தது.

"கர்த்தரிடத்தில் ஒன்றை நான் கேட்டேன், அதையே நாடு-
வேன்; நான் கர்த்தருடைய மகிமையைப் பார்க்கும்படியாக-
வும், அவருடைய ஆலயத்தில் ஆராய்ச்சி செய்யும்படியா-
கவும், நான் என் ஜீவனுள்ள நாளெல்லாம் கர்த்தருடைய
ஆலயத்தில் தங்கியிருப்பதையே நாடுவேன்.

சங்கீதம் 27:4"

எனவே தான் தாவீது சங்கீதத்தில் இப்படி கேட்டிருக்கிறார்.

ஒரே பார்வை, ஒரே தரிசனம், இன்று ஒரு விஷன், நாளை ஒரு
விஷன், நாளை மறுநாள் ஒரு விஷன் அல்ல, அது மாறாதது. கவி-
சேஷகராய் ஆரம்பித்தவர்கள் மேய்ப்பராய் முடிப்பது அல்ல. ஆவியில்
ஆரம்பம் பண்ணினவர்கள் மாம்சத்தில் முடிப்பது போல அல்ல. மிஷி-
னரி பாரத்தில் தொடங்கி ஆத்துமாக்கள் தான் பாரம் என டி கடை-
யும், கேக் கம்பெனியும், கிளப்புகளையும் நடத்தி ஆத்துமா பிடிப்பது
பாரம் அல்ல. நேர் வழியாக போக வேண்டும். உடன்படிக்கை பெட்டியை
சுமந்து கொண்டு போன இரண்டு பசுக்களும் நேர்வழியாய் சென்றது.
ஊழியத்திலே உங்களை இணைத்துள்ள நீங்கள் தயவு செய்து எந்த
குறுக்கு வழிகளையும் தேடாதிருங்கள்.

"26. உங்கள் விசுவாசத்தின் வர்த்தனைக்காகவும் சந்தோ-
ஷத்துக்காகவும் நான் பிழைத்து, உங்கள் அனைவரோடுங்-
கூட இருப்பேனென்று அறிந்திருக்கிறேன்.

27. நான் வந்து உங்களைக் கண்டாலும், நான் வராம-
லிருந்தாலும், நீங்கள் ஒரே ஆவியிலே உறுதியாய் நின்று,
ஒரே ஆத்துமாவினாலே சுவிசேஷத்தின் விசுவாசத்திற்காகக்
கூடப்போராடி, எதிர்க்கிறவர்களால் ஒன்றிலும் மருளாதி-
ருக்கிறீர்களென்று உங்களைக்குறித்து நான் கேள்விப்படும்-
படி, எவ்விதத்திலும் நீங்கள் கிறிஸ்துவின் சுவிசேஷத்திற்குப்
பாத்திரராகமாத்திரம் நடந்துகொள்ளுங்கள்.

பிலிப்பியர் 1:26?-?27"

பாஸ்டர் ஒழுங்காக ஊழியர் கூட்டத்திற்கு வந்தீர்களே, கடந்த ஒரு சில மாதங்களாய் காணவே இல்லையே என்றால், அது பாஸ்டர் இப்போ நான் ஒரு புதிய அறக்கட்டளை பதிவு பண்ணி வெளிநாட்டு பணம் வாங்கி இன்னும் ஊழியத்தை விரிவாக்கிட ஓடிக் கொண்டிருக்கிறேன் என பதில். எங்கே ஓடிக் கொண்டிருக்கிறீர்கள் தெரியுமா? பாதை மாறி ஓடி கொண்டிருக்கிறீர்கள்.

> *"ஆனாலும், நீ ஆதியில் கொண்டிருந்த அன்பை விட்-*
> *டாய் என்று உன்பேரில் எனக்குக் குறை உண்டு.*
>
> *வெளிப்படுத்தின விசேஷம் 2:4"*

எபேசு சபையை போல, ஆதியில் வைத்த அன்பு உன்னில் குன்றி-போனபடியினால் நீ ஓடிக்கொண்டிருக்கும் இந்த ஓட்டம், மரண பரியந்தம் வீண் ஓட்டம் தான். வெளிநாட்டு பணத்தையும் பார்க்க மாட்டாய், பரலோகத்தையும் பார்க்க மாட்டாய், கனவை மட்டும் பார்ப்பாய்.

இன்று அநேக சபை தலைவர்களின் அடுத்த பிரச்சனை ஊழியம் செய்வதற்கு நேரமே இல்லாதது தான். ஏன் ஐயா நேரம் இல்லை. மாடு மேய்க்கவா போகிறாய்? ஆம். கமிட்டியை மேய்க்க வேண்டும். கோபுரத்தை கட்ட பணம் பறிக்க வேண்டும். ஆண்டு விழா நடத்த வேண்டும். ரெக்கார்டு டேன்ஸிற்கு ஆள் அமர்த்த வேண்டும். வில்லு பாட்டிற்கு ஆள் பார்க்க வேண்டும். செயலாளரை தாஜா பண்ணி அஸஸ்மெண்ட் அடைக்க வைக்க வேண்டும். அப்பப்பா! போதும் போதும் என்று ஆகி-விடுகிறது. இவ்வளவு மாடுகளையும் மேய்த்து விட்டு எப்படி ஆடுகளை மேய்ப்பது.

ஆதி அப்போஸ்தல சபையிலே இந்த பிரச்சனைதான். சபையிலே விதவைகள் கவனிக்கப்படவில்லை.

எனவே அப்போஸ்தலராகிய நீங்கள் ஊழியத்தை ஒதுக்கிவிட்டு வித-வைகளை கவனியுங்கள் என்னும் சர்ச்சை வந்தது. அதற்கு அழகான பதிலை நாம் வேகத்தில் வாசிப்போம்.

> *"2. அப்பொழுது பன்னிருவரும் சீஷர் கூட்டத்தை வரவ-*
> *ழைத்து: நாங்கள் தேவவசனத்தைப் போதியாமல், பந்திவி-*

சாரணை செய்வது தகுதியல்ல.

3. ஆதலால் சகோதரரே, பரிசுத்த ஆவியும் ஞானமும் நிறைந்து, நற்சாட்சி பெற்றிருக்கிற ஏழுபேரை உங்களில் தெரிந்துகொள்ளுங்கள்; அவர்களை இந்த வேலைக்காக ஏற்படுத்துவோம்.

4. நாங்களோ ஜெபம்பண்ணுவதிலும் தேவவசனத்தைப் போதிக்கிற ஊழியத்திலும் இடைவிடாமல் தரித்திருப்போம் என்றார்கள்.

அப்போஸ்தலர் 6:2?-?4"

ஊழியர்களே, பந்திகள் எல்லாம் நன்றாக நடக்கும். நீங்கள் வேதத்தை தியானித்து வசனத்தை போதிக்கவும், இடைவிடாமல் ஜெபிக்கவும் பிரயாசப்படுங்கள்.

இன்னொரு கூட்டத்தார். ஊழியக்காரன் என்கிற அந்தஸ்தை மறந்து கர்த்தருக்கு பின்னால் ஓட வேண்டியவர்கள்: விசுவாசிகளுக்கு பின்னாலும், வாலிப பிள்ளைகளுக்கு பின்னாலும் ஓடிக் கொண்டிருக்கிறார்கள். நம்ம சபை பிள்ளைகளுக்கு நாம் தான் சம்மந்தம் பார்த்து கலியாணம் பண்ணி வைக்க வேண்டும். இல்லாவிட்டால் சபை எப்படி பெருகும்? என்கிற கேள்வி இவர்கட்க்கு, ஏனென்றால் இவர் பெரிய சரணாலயம் அல்லவா? கர்த்தரை விட்டு தூரமாய் போன உனக்கே பாதுகாப்பு இல்லை.

எனக்கு தெரிந்த ஒரு நபர் உண்டு. நாகர்கோவிலை சேர்ந்தவர், நான் அவரை ஊழியர் என்று குறிப்பிட மாட்டேன் அடுத்தவர் மனைவியோடே தொடர்பு வைத்து பத்திரிகைகளிலும், காவல் நிலையத்திலும் சிக்கிய அவர், மீண்டும் 1 வாரம் ஆகவில்லை, ஒரு திருமண வீட்டிலே பந்தி பரிமாறி கொண்டிருக்கிறார். தொடர்ந்து நடக்கும் அந்த வீட்டு விருந்துக்கு சமையலும் செய்கிறார். எனக் கேவலம் பாருங்கள். அன்பு ஊழியக்காரர்களே, நேர் வழியாய் செம்மையாய் நடந்து உடன்படிக்கை பெட்டியை கொண்டு கரை சேர்க்க வேண்டியவர்கள், என் ஐயா, தெலியாளின் வலையில் சிக்கி பெலிஸ்தியரால் விலங்கிடப்பட்டு, கண்களை இழந்து மாவரைத்துக் கொண்டு இருக்கிறீர்கள்? மாவரைத்து போதும் எழும்பி பெலிஸ்தியரை பழிவாங்க சபதம் எடுங்கள்.

"பெலிஸ்தர் அவனைப் பிடித்து, அவன் கண்களைப் பிடுங்கி, அவனைக் காசாவுக்குக் கொண்டுபோய், அவனுக்கு இரண்டு வெண்கல விலங்குபோட்டுச் சிறைச்சாலையிலே மாவரைத்துக்கொண்டிருக்க வைத்தார்கள்.

நியாயாதிபதிகள் 16:21"

நீ சம்பந்தம் பார்த்து வைக்காவிட்டால், இனி அந்தப் பெண்ணுக்கு கல்யாணமே நடக்காது. உன் சபையை அவள் தான் பிள்ளைகளை பெற்று நிரப்புவாள். ஆகவே அவளுடைய தாய்க்கும், தகப்பனுக்குமே இல்லாத அக்கரை இவருக்கு வந்து விட்டது. மேலும் வாலிப பிள்ளைகளை ஊழியக்காரன் வீட்டிலே தங்க வைத்து பாதுகாப்பு கொடுப்பது. எதிர் பால் விசுவாசிகளை பைக்கில் ஏற்றி கொண்டு வருவது. ஐயா மனைவியை அழைத்துக் கொண்டு போவதில் கூட அவ்வளவு அக்கரை காட்டாத நீ மனைவிக்கு மட்டுமே உரிமைபட்ட பைக்கின் பின் சீட்டில் தயவு செய்து எதிர்பாலரை ஏற்றாதீர்கள். அப்படி ஒரு விசுவாச ஊழியம் நமக்கு வேண்டாம். மதுபானமும், பெண் பிரியனும் ஒரே பட்டியல் தான்.

"31. மதுபானம் இரத்தவருணமாயிருந்து, பாத்திரத்தில் பளபளப்பாய்த் தோன்றும்போது, நீ அதைப் பாராதே; அது மெதுவாய் இறங்கும்.

32. முடிவிலே அது பாம்பைப்போல் கடிக்கும், விரியனைப்போல் தீண்டும்.

33. உன் கண்கள் பரஸ்திரீகளை நோக்கும்; உன் உள்ளம் தாறுமாறானவைகளைப் பேசும்.

34. நீ நடுக்கடலிலே சயனித்திருக்கிறவனைப்போலும், பாய்மரத்தட்டிலே படுத்திருக்கிறவனைப்போலும் இருப்பாய்.

35. என்னை அடித்தார்கள், எனக்கு நோகவில்லை; என்னை அறைந்தார்கள், எனக்குச் சுரணையில்லை; நான் அதைப் பின்னும் தொடர்ந்து தேட எப்பொழுது விழிப்பேன் என்பாய்.

நீதிமொழிகள் 23:31?-?35"

உங்கள் கண்கள் சீராய் நோக்கட்டும். செவையாய் நடந்து யோசுவாவின் களம் வரை, உங்கள் பிரயாணம் தொடரட்டும். உடன்படிக்கை பெட்டியை நீங்கள் சுமந்து கொண்டு போகிறீர்கள். மறந்து விடாதீர்கள்.

"21. நான் ஜெயங்கொண்டு என் பிதாவினுடைய சிங்காசனத்திலே அவரோடேகூட உட்கார்ந்ததுபோல, ஜெயங்கொள்ளுகிறவனெவனோ அவனும் என்னுடைய சிங்காசனத்தில் என்னோடேகூட உட்காரும்படிக்கு அருள்செய்வேன்.

22. ஆவியானவர் சபைகளுக்குச் சொல்லுகிறதைக் காதுள்ளவன் கேட்கக்கடவன் என்றெழுது என்றார்.

வெளிப்படுத்தின விசேஷம் 3:21?-?22"

18

கூப்பிட்டு கொண்டே போகும் பசுமாடு

4. கூப்பிட்டு கொண்டே போகும் பசுமாடு :

செம்மையாய் நேர்வழியாய் வலது இடதுபுறம் பார்க்காமல் சென்ற பசு-மாடு கூப்பிட்டு கொண்டே போனது, அது எப்படி கூப்பிட்டு கொண்டு போயிருக்கும் என நினைக்கிறீர்களா. உங்கள் பாவத்தினால் இழந்து போன உடன்படிக்கை பெட்டியை, இதோ மீட்டு கொண்டு வருகிறோம். உங்களுடைய ஆனந்த சந்தோஷத்திற்கு எங்களையே, எங்கள் பிள்ளை-களையே, தியாகம் பண்ணி இதோ அடிக்கப்படுகிறதற்கு போய் கொண்-டிருக்கிறோம். பெத்ஷிமேஷின் மனுஷரே! ஏலியும், ஏலியின் பிள்ளை-களும் செய்த பாவங்களை விட்டு திரும்புங்கள் என கூப்பிட்டிருக்கும். சிலுவையை சுமந்து போன இயேசு நின்று, ''நீங்கள் எனக்காக அழா-மல், உங்களுக்காகவும் உங்கள் பிள்ளைகளுக்காகவும் அழுங்கள்'' என கூப்பிட்டு சொன்னார் (லூக்கா.23:28).

யோவான் ஸ்நானகனை குறித்து எழுதும் போது மத்தேயு.3:5-9 இவ்விதமாய் கூறுகிறது, மாம்சமான யாவரும் தேவனுடைய இரட்சிப்-பைக் காண்பார்கள் என்றும், வனாந்தரத்திலே கூப்பிடுகிறவனுடைய சத்-தம் உண்டாகும் என்று ஏசாயா தீர்க்கதரிசியின் ஆகமத்தில் எழுதியி-

ருக்கிற பிரகாரம் அவன் யோர்தான் நதிக்கு அருகான தேசமெங்கும் போய்; பாவமன்னிப்புக்கென்று மனந்திரும்புதலுக்கேற்ற ஞானஸ்நா-னத்தை குறித்து பிரசங்கித்தான். அவன் தன்னிடத்தில் ஞானஸ்நானம் பெறும்படிக்கு புறப்பட்டு வந்த திரளான ஜனங்களை நோக்கி: விரியன் பாம்பு குட்டிகளே! வருங்கோபத்துக்குத் தப்பித்துக்கொள்ள உங்களுக்கு வகை கட்டினவன் யார்?

"5. மாம்சமான யாவரும் தேவனுடைய இரட்சிப்பைக் காண்பார்கள் என்றும், வனாந்தரத்திலே கூப்பிடுகிறவனு-டைய சத்தம் உண்டாகும் என்று ஏசாயா தீர்க்கதரிசியின் ஆகமத்தில் எழுதியிருக்கிறபிரகாரம்,

6. அவன் யோர்தான் நதிக்கு அருகான தேசமெங்கும் போய், பாவமன்னிப்புக்கென்று மனந்திரும்புதலுக்கேற்ற ஞானஸ்நானத்தைக்குறித்துப் பிரசங்கித்தான்.

7. அவன், தன்னிடத்தில் ஞானஸ்நானம் பெறும்படிக்குப் புறப்பட்டுவந்த திரளான ஜனங்களை நோக்கி: விரியன்-பாம்புக் குட்டிகளே! வருங்கோபத்துக்குத் தப்பித்துக்கொள்ள உங்களுக்கு வகை காட்டினவன் யார்?

8. மனந்திரும்புதலுக்கு ஏற்ற கனிகளைக் கொடுங்கள்; ஆபிரகாம் எங்களுக்குத் தகப்பன் என்று உங்களுக்குள்ளே சொல்லத்தொடங்காதிருங்கள்; தேவன் இந்தக் கல்லுகளி-னாலே ஆபிரகாமுக்குப் பிள்ளைகளை உண்டுபண்ண வல்-லவராயிருக்கிறார் என்று உங்களுக்குச் சொல்லுகிறேன்.

9. இப்பொழுதே கோடரியானது மரங்களின் வேர் அருகே வைத்திருக்கிறது; ஆகையால் நல்ல கனிகொடாத மரமெல்-லாம் வெட்டுண்டு அக்கினியிலே போடப்படும் என்றான்.

லூக்கா.3:5-9"

தொடர்ந்து யோவான் 1:19-23 வரை வாசித்துப் பார்த்தால் எருசலேமில் உள்ள யூதர்கள், யோவானை யார் என அடையாளம் காண ஆசாரிய-ரையும், லேவியரையும் அனுப்பி பேட்டி கண்ட பொழுது, நீ யார்? என்ற கேள்விக்கு தைரியமாய் ஏசாயா தீர்க்கன் சொன்னபடியே நான் கூப்பிடு-

கிறவனுடைய சத்தமாயிருக்கிறேன் என்றான். இப்படி அவன் ஆசாரியர்-
களுக்கும் லேவியர்களுக்கும் முன்பாக தைரியமாய் சாட்சி கொடுத்தான்.
எனக்கு அருமையானவர்கள் எல்லாருமே இவ்வாறு கூப்பிடுகிறவனு-
டைய சத்தமாய் மாறிவிட்டால் தேசம் எப்படி இருக்கும் என்று சிந்தித்து
பாருங்கள்.

யோவான் கூப்பிடுகிறவனுடைய சத்தமாய் வெளிப்பட்டு, யோர்தா-
னுக்கு அருகான தேசங்களுக்குள்ளாய் போய் பாவமன்னிப்புகென்று
மனந்திரும்புதலுக்கேற்ற ஞானஸ்நானத்தை குறித்து பிரசங்கித்தான்.
பாவத்தை குறித்தும், நியாயத்திர்ப்பை

குறித்தும் பிரசங்கித்து, அதினால் ஜனங்கள் குத்துண்டு, அப்படியா-
னால் நாங்கள் என்ன செய்ய வேண்டும் என்று கேட்டு ஒப்புக்கொ-
டுத்தனர். ஆயக்காரருக்கும், காவலர்களுக்கும், லஞ்ச லாவண்யத்தை
குறித்து தைரியமாய் பிராங்கித்தாளன். இது தான் ''கூப்பிடுகிறவனுடைய
சத்தம்''.

நீயோ 10-15 கி.மீ உள்ளே உன் ஊழிய எல்லைகளை வைத்துக்
கொண்டு இதயங்களுக்கு இதமான ஆசிர்வாதங்களையும், பரவசம்
ஊட்டுகின்ற திகட்டாத தீர்க்கதரிசனங்களையும் சொல்லி விட்டு, இது
கூப்பிடுகிறவனுடைய சத்தம் என திருப்தியடைந்திருக்கிறாயே, உன்னை
பார்த்து தான் கர்த்தர் சொல்லுகிறார்.

> ''இஸ்ரவேல் வம்சத்தாரின் நடுவில் இனிச் சகல கள்ளத்-
> தரிசனமும் முகஸ்துதியான குறிசொல்லுதலும் இராமற்போ-
> கும்.
>
> எசேக்கியேல்.12:24''

பசுமாடுகளைப் போல, ஏசாயா.58:1ன்படி

> ''சத்தமிட்டுக் கூப்பிடு; அடக்கிக்கொள்ளாதே; எக்காளத்-
> தைப்போல் உன் சத்தத்தை உயர்த்தி, என் ஜனத்துக்கு
> அவர்கள் மீறுதலையும், யாக்கோபின் வம்சத்தாருக்கு
> அவர்கள் பாவங்களையும் தெரிவி.''

சமாதானமில்லாதிருந்தும்: சமாதானம் சமாதானம் என்று சொல்லி, என் ஜனத்தின் காயங்களை மேற்பூச்சாய்க் குணமாக்குகிறார்கள்.

எரேமியா.5:14

அவர்களுடைய வார்த்தைகளை நம்பி காத்திருந்தோம். நாங்கள் கர்ப்பத்தை சுமந்து காற்றை தான் ஐயா பெற்றெடுத்தோம்.

> " சமாதானத்திற்கு காத்திருந்தோம்; பிரயோஜனமில்லல்
> ஆரோக்கிய காலத்துக்குக் காத்திருந்தோம், இதோ ஆபத்து.
>
> எரேமியா.8:15 "

19

தங்களையே சர்வாங்க தகனபலியாய் அர்ப்பணித்த பசுமாடுகள்

5. தங்களையே சர்வாங்க தகனபலியாய் அர்ப்பணித்த பசுமாடுகள்:

ஊழியம் என்பது பாடுகளை குறிப்பது தான். இன்று அநேக ஊழியக்-காரர்கள் நினைப்பது போல ஊழியும் என்பது Time Pass அல்ல. கொழுத்ததை சாப்விடுவதற்கல்ல; அடக்காராதனையும், கலியாணமும் சடங்கும் நடத்துவதற்கல்ல. கொழுத்த முதல் தர வகைகளால் தங்களை-யும், தங்கள் பிள்ளைகளையும் போஷிப்பதற்கல்ல. பாடுகள் இல்லாத ஊழியம் உங்களை பரலோகம் கொண்டு செல்லாது.

கிறிஸ்து பாடுபட்டாரா?

அவர் அசட்டைபண்ணப்பட்டவரும், மனுஷரால் புறக்கணிக்கப்பட்ட-வரும், துக்கம் நிறைந்தவரும், பாடு அனுபவித்தவருமாயிருந்தார் (ஏசாயா.53.3). கர்த்தரோ அவரை நொறுக்கச் சித்தமாகி, அவரைப் பாடுகளுக்குட்படுத்தினார் (ஏசாயா .53:10). அதுமுதல் இயேசு, தாம் எருசலேமுக்குப்போய், மூப்பராலும் பிரதான ஆசாரியராலும் வேதபாரக-ராலும் பல பாடுகள் பட்டு, கொலையுண்டு, மூன்றாம் நாளில் எழுந்-திருக்கவேண்டும் என்பதைத் தம்முடைய சீஷர்களுக்குச் சொல்லத்தொ-டங்கினார் (மத்தேயு.16-21).

அவர் பாடுபட்டபின்பு, நாற்பது நாளளவும் அப்போஸ்தலருக்குத் தரி-சனமாகி, தேவனுடைய ராஜ்யத்துக்குரியவைகளை அவர்களுடனே பேசி, அநேகம் தெளிவான திருஷ்டாந்தங்களினாலே அவர்களுக்குத் தம்மை உயிரோடிருக்கிறவராகக் காண்பித்தார் (அப்போஸ்தலர்.1:3)

நீங்கள் பாடுபட வேண்டுமா?

(பவுல்) அவன் என்னுடைய நாமத்தினிமித்தம் எவ்வளவாய்ப் பாடுப-டவேண்டுமென்பதை நான் அவனுக்குக் காண்பிப்பேன் என்றார் (அப்-போஸ்தலர்.9:16). அநேகநாள் சென்றபின்பு, யூதர்கள் அவனைக் கொலைசெய்யும்படி ஆலோசனைபண்ணினார்கள் (அப்போஸ்த-லர்.9:23).

ஏனெனில் கிறிஸ்துவினிடத்தில் விசுவாசிக்கிறதற்கு மாத்திரம் அல்ல; அவர் நிமித்தமாகப் பாடுபடுகிறதற்கும் உங்களுக்கு அருளப்பட்டிருக்கி-றது.

நீங்கள் என்னிடத்திலே கண்டதும் எனக்கு உண்டென்று இப்பொழுது கேள்விப்படுகிறதுமான போராட்டமே உங்களுக்கும் உண்டு (பிலிப்பி-யர்.1:30). ஒருவன் கிறிஸ்தவனாயிருப்பதினால் பாடுபட்டால் வெட்-கப்படாமலிருந்து, அதினிமித்தம் தேவனை மகிமைப்படுத்தக்கடவன் (1 பேதுரு.4:16).

யோபு. 2:10 இல் யோபு தன் மனைவியை பார்த்து இவ்வாறு கேட்-கிறான், தேவன் கையிலே நன்மையைப் பெற்ற நாம் தீமையையும் பெற-வேண்டாமோ?

என் பாடுபட வேண்டும்?

கிறிஸ்துவினுடைய பாடுகள் எங்களிடத்தில் பெருகுகிறது போல, கிறிஸ்-
துவினாலே எங்களுக்கு ஆறுதலும் பெருகுகிறது (2 கொரிந்தியார்.1:5).
நீங்கள் எங்களோடேகூடப் பாடுபடுகிறதுபோல, எங்களோடேகூட ஆறு-
தலும் அடைகிறீர்களென்று நாங்கள் அறிந்து, உங்களைக்குறித்து உறு-
தியான நம்பிக்கையுள்ளவர்களாயிருக்கிறோம் (2 கொரிந்தியார்.1:7).

> "17. நாம் பிள்ளைகளானால் சுதந்தரருமாமே; தேவனு-
> டைய சுதந்தரரும், கிறிஸ்துவுக்கு உடன் சுதந்தரருமாமே;
> கிறிஸ்துவுடனேகூட நாம் மகிமைப்படும்படிக்கு அவருடனே-
> கூடப் பாடுபட்டால் அப்படியாகும்.
>
> 18. ஆதலால் இக்காலத்துப் பாடுகள் இனி நம்மிடத்தில்
> வெளிப்படும் மகிமைக்கு ஒப்பிடத்தக்கவைகள் அல்ல-
> வென்று எண்ணுகிறேன்.
>
> *ரோமர்.8:17,18*"

இதற்காக நீங்கள் அழைக்கப்பட்டுமிருக்கிறீர்கள்; ஏனெனில், கிறிஸ்துவும்
உங்களுக்காகப் பாடுபட்டு, நீங்கள் தம்முடைய அடிச்சுவடுகளைத்
தொடர்ந்துவரும்படி உங்களுக்கு மாதிரியைப் பின்வைத்துப்போனார் (1
பேதுரு.2:21). கிறிஸ்து இயேசுவுக்குள் நம்மைத் தமது நித்திய மகிமைக்கு
அழைத்தவராயிருக்கிற சகல கிருபையும் பொருந்திய தேவன்தாமே
கொஞ்சக்காலம் பாடநுபவிக்கிற உங்களைச் சீர்ப்படுத்தி, ஸ்திரப்படுத்தி,
பலப்படுத்தி, நிலைநிறுத்துவாராக (1 பேதுரு.5:10).

> "13. அப்பொழுது, மூப்பர்களில் ஒருவன் என்னை
> நோக்கி: வெள்ளை அங்கிகளைத் தரித்திருக்கிற இவர்கள்
> யார்? எங்கேயிருந்து வந்தார்கள்? என்று கேட்டான்.
>
> 14. அதற்கு நான்: ஆண்டவனே, அது உமக்கே தெரியும்
> என்றேன். அப்பொழுது அவன்: இவர்கள் மிகுந்த உபத்தி-
> ரவத்திலிருந்து வந்தவர்கள்; இவர்கள் தங்கள் அங்கிகளை

ஆட்டுக்குட்டியானவருடைய இரத்தத்திலே தோய்த்து வெளுத்தவர்கள்.

15. ஆனபடியால், இவர்கள் தேவனுடைய சிங்காசனத்திற்கு முன்பாக இருந்து, இரவும் பகலும் அவருடைய ஆலயத்திலே அவரைச் சேவிக்கிறார்கள்; சிங்காசனத்தின்மேல் வீற்றிருக்கிறவர் இவர்களுக்குள்ளே வாசமாயிருப்பார்.

16. இவர்கள் இனி பசியடைவதுமில்லை, இனி தாகமடைவதுமில்லை; வெயிலாவது உஷ்ணமாவது இவர்கள்மேல் படுவதுமில்லை.

17. சிங்காசனத்தின் மத்தியிலிருக்கிற ஆட்டுக்குட்டியானவரே இவர்களை மேய்த்து, இவர்களை ஜீவத்தண்ணீருள்ள ஊற்றுகளண்டைக்கு நடத்துவார்; தேவன்தாமே இவர்களுடைய கண்ணீர் யாவையும் துடைப்பார் என்றான்.

வெளிபடுத்தின விசேஷம்.7:13-17 "

11. ஏனென்றால், எந்த மிருகங்களுடைய இரத்தம் பாவங்களினிமித்தமாகப் பரிசுத்த ஸ்தலத்துக்குள் பிரதான ஆசாரியனாலே கொண்டுவரப்படுகிறதோ, அந்த மிருகங்களின் உடல்கள் பாளயத்துக்குப் புறம்பே சுட்டெரிக்கப்படும்.

12. அந்தப்படியே, இயேசுவும் தம்முடைய சொந்த இரத்தத்தினாலே ஜனத்தைப் பரிசுத்தஞ்செய்யும்படியாக நகர வாசலுக்குப் புறம்பே பாடுபட்டார்.

13. ஆகையால், நாம் அவருடைய நிந்தையைச் சுமந்து, பாளயத்துக்குப் புறம்பே அவரிடத்திற்குப் புறப்பட்டுப் போகக்கடவோம்.

எபிரெயர்.13:11-13

எனவே இன்றே புறப்படுவோம். அவரோடு கூட ஆளுகை செய்ய, ஆமென்.

20

செத்தாலும் சாகிறேன் என புறப்பட்டுப்போ

இது தான் வைராக்கியம், இன்றைய கிறிஸ்தவ உலகத்திலே தேவனாகிய கர்த்தர் உன்னிடத்தில் எதிர்பார்க்கிற வைராக்கியமே, இந்த வார்த்தை தான். இப்படி செத்தாலும் சாகிறேன் என்று சொல்லி தன் ஜனங்க-ருக்காக, தன் தேசத்திற்காக கிறிஸ்துவிற்காக எழும்பியவர்களை தேவன் சாகவிடவில்லை. மாறாக அவர்கள் சுடர்களாய் பிரகாசித்தார்கள். வேதத்திலே அழியா இடத்தை பிடித்தார்கள். அவரோடு கூட ஆளுகை செய்கிறார்கள்.

இன்றைக்கு தேவனுக்கு தேவை எண்ணிக்கையுள்ள பேர் கிறிஸ்த-வர்கள் அல்ல. தங்களையே, தங்கள் ஜீவனையே கொடுக்கிற நபர்கள் தான் தேவை. எனவே தான் இயே கிறிஸ்தவை சொல்லும் போது ஒரு-வன் தன் சிநேகிதருக்காக தன் ஜீவனைக் கொடுக்கிற அன்பிலும், அதி-கமான அன்பு ஒருவரிடத்திலுமில்லை.

"நான் உங்களுக்குக் கற்பிக்கிற யாவையும் நீங்கள் செய்-வீர்களானால், என் சிநேகிதராயிருப்பீர்கள்.

யோவான்.15:14"

அவர் தன்னுடைய சிநேகிதர்களாகிய நமக்காக தன் ஜீவனை தந்தார் என்பது எவ்வளவு உண்மையும், சத்தியமுமாய் இருக்கிறது. எனவே நம்மையும் அவர் சிநேகிதனாய் அங்கீகரிக்க, நம்முடைய ஜீவனை கொடுக்க ஆயத்தமா? தொடர்ந்து, யோவான் 12:24,25 இல் இயேசு இவ்வாறாக உரைக்கிறார்,

"24. மெய்யாகவே மெய்யாகவே நான் உங்களுக்குச் சொல்லுகிறேன், கோதுமை மணியானது நிலத்தில் விழுந்து சாகாவிட்டால் தனித்திருக்கும், செத்ததேயாகில் மிகுந்த பலனைக்கொடுக்கும்.

25. தன் ஜீவனைச் சிநேகிக்கிறவன் அதை இழந்துபோ- வான்; இந்த உலகத்தில் தன் ஜீவனை வெறுக்கிறவனோ அவன் அதை நித்திய ஜீவகாலமாய்க் காத்துக்கொள்ளு- வான்."

பின்னும்,

"அவர் தம்முடைய ஜீவனை நமக்காகக் கொடுத்ததினாலே அன்பு இன்னதென்று அறிந்திருக்கிறோம்; நாமும் சகோதர- ருக்காக ஜீவனைக்கொடுக்கக் கடனாளிகளாயிருக்கிறோம்.

1 யோவான்.3:16"

எங்கள் சபையில் 1000 ஆத்துமாக்கள் இருக்கிறார்கள், நான் 24 சபைகளுக்கு தலையை போதகனுகம் அப்போஸ்தலனுமாகும். இதுவரை 5000 பேருக்கு ஞானஸ்நானம் கொடுத்திருக்கிறேன். 200க்கு மேற்பட்ட திருமணம் நடத்தி இருக்கிறேன். ஐயா இதெல்லாம் கர்த்தருடைய சேனையாய் எழும்ப தகுதி இல்லை. அவருக்காக உன் ஜீவனை கொடுக்க ஆயத்தமா?

"நானே நல்ல மேய்ப்பன்: நல்ல மேய்ப்பன் ஆடுகளுக்கா-
கத் தன் ஜீவனைக் கொடுக்கிறான்.

யோவான்.10:11"

கர்த்தர் இஸ்ரவேலின் மேய்ப்பரை குறித்து எசேக்கியேல் தீர்க்கதரிசியின்
மூலமாய் உரைக்கிறதாவது,

"2. மனுபுத்திரனே, இஸ்ரவேலின் மேய்ப்பருக்கு விரோ-
தமாகத் தீர்க்கதரிசனம் உரை; நீ தீர்க்கதரிசனம் உரைத்து,
அவர்களோடே சொல்லவேண்டியது என்னவென்றால்: கர்த்-
தராகிய ஆண்டவர் மேய்ப்பருக்குச் சொல்லுகிறார்; தங்-
களையே மேய்க்கிற இஸ்ரவேலின் மேய்ப்பருக்கு ஐயோ!
மேய்ப்பர் அல்லவா மந்தையை மேய்க்கவேண்டும்.
3. நீங்கள் நெய்யைச் சாப்பிட்டு, ஆட்டுமயிரை உடுப்பாக்-
கிக்கொள்ளுகிறீர்கள்; கொழுத்ததை அடிக்கிறீர்கள்; மந்தை-
யையோ மேய்க்காமற்போகிறீர்கள்.
4. நீங்கள் பலவீனமானவைகளைப் பலப்படுத்தாமலும்,
நசல்கொண்டவைகளைக் குணமாக்காமலும், எலும்பு முறிந்-
தவைகளைக் காயங்கட்டாமலும், துரத்துண்டவைகளைத்
திருப்பிக்கொண்டு வராமலும், காணாமற்போனவைகளைத்
தேடாமலும் போய், பலாத்காரமும் கடூரமுமாய் அவைகளை
ஆண்டீர்கள்.
5. மேய்ப்பன் இல்லாததினால் அவைகள் சிதறுண்டுபோ-
யின; சிதறுண்டுபோனவைகள் காட்டு மிருகங்களுக்கெல்-
லாம் இரையாயின.
6. என் ஆடுகள் சகல மலைகளிலும் உயரமான சகல
மேடுகளிலும் அலைப்புண்டு, பூமியின்மீதெங்கும் என் ஆடு-
கள் சிதறித்திரிகிறது; விசாரிக்கிறவனுமில்லை, தேடுகிறவனு-
மில்லை.

எசேக்கியேல்.34:2-6"

வேதத்தில் இருந்து ஒரு சில நபர்களை உங்களுக்கு கட்டிக்காட்ட விரும்புகிறேன். விசுவாசத்தோடு கூட தொடர்ந்து வாசியுங்கள். கர்த்தர் தாமே உங்களுக்குள்ளும் அப்படிபட்ட வைராக்கியத்தை கட்டவிழ்ப்பார்.

21

ஈத்தாய்

━━━━━━ ❧ ━━━━━━

"19. அப்பொழுது ராஜா கித்தியனாகிய ஈத்தாயைப் பார்த்து: நீ எங்களுடனேகூட வருவானேன்? நீ திரும்பிப்-போய், ராஜாவுடனேகூட இரு; நீ அந்நியதேசத்தான், நீ உன் இடத்திற்குத் திரும்பிப் போகலாம்.

20. நீ நேற்றுதானே வந்தாய்; இன்று நான் உன்னை எங்-களோடே நடந்துவரும்படிக்கு அழைத்துக்கொண்டு போக-லாமா? நான் போகக்கூடிய இடத்திற்குப் போகிறேன்; நீ உன் சகோதரரையும் அழைத்துக்கொண்டு திரும்பிப்போ; கிருபையும் உண்மையும் உன்னோடே இருப்பதாக என்றான்.

21. ஆனாலும் ஈத்தாய் ராஜாவுக்குப் பிரதியுத்தரமாக: ராஜாவாகிய என் ஆண்டவன் எங்கேயிருப்பாரோ, அங்கே உமது அடியானும், செத்தாலும் பிழைத்தாலும், இருப்பான் என்று கர்த்தருடைய ஜீவனையும் ராஜாவாகிய என் ஆண்-டவனுடைய ஜீவனையும் கொண்டு சொல்லுகிறேன் என்-றான்.

2 சாமுவேல்.15:19-21"

மேலே கூறப்பட்டுள்ள வேதப்பகுதியை வாசித்து பார்பீர்களானால், ஈத்-தாய் என்ற ஒரு மனிதனை குறித்த வேத பகுதி என்று அநேகர்

நினைக்கலாம். யார் இந்த ஈத்தாய்? இது யார்? நாங்கள் கேட்டதே இல்லையே என்று கூட நினைக்கலாம். நீங்கள் கேட்காததாலும் படிக்-காதாதலும் தான் நான் இதுக்கு முக்கியதுவம் கொடுத்து எழுதப் பிரயா-சப்படுகிறேன்.

இங்கே சொல்ப்பட்டிருக்கிறது, அப்பொழுது ராஜா ஈத்தாயை பார்த்து நீ எங்களுடனே கூட வருவானேன்? நீ திரும்பிப்போய், ராஜாவுடனேகூட இரு; நீ அந்நியதேசத்தான் தானே, நீ நேற்று தானே வந்தாய்? இன்று நான் உன்னை அழைத்து போகலாமா? உன் சகோதரரையும் அழைத்-துக் கொண்டு திரும்பிப் போ!

இத்தனை தடைகளுக்கும் பதில் தான் ஈத்தாய் கூறுகிறான், "ராஜா எங்கே இருப்பாரோ, அங்கே உமது அடியானும் செத்தாலும் பிழைத்தா-லும் இருப்பான்." ஈத்தாய் அடம்பிடித்தது வெற்றி பெற்று ஜெய கோஷம் இடுவெதற்காக செல்லுகிற கூட்டத்திற்கல்ல. வெளிநாட்டு ஊழியர்களிடம் பணம் வாங்கி அவர்களை கொண்டு கூட்டம் நடத்த, கூட்டத்தை காட்-டுவெதற்காக ஆட்களை திரட்டும். கூட்டத்தில் போவதற்கும் அல்ல.

வெளிநாட்டவர்களால் நடத்தப்படும் கருத்தரங்கிற்கு போய் பயணப்-படியும் + களைப்புபடியும் பெற்று நல்ல சாப்பாடு சாப்பிடுவதற்கல்ல. ஆனால் தன்னுடைய சொந்த மகனால் ராஜ்யபாரம் இழந்து, தன் உயிருக்கும் தன்னோடே இருக்கிறவர்கள் உயிருக்கும் ஆபத்து என்று எண்ணி சிங்காசனத்தை இழந்து உயிர்தப்பினால் போதும் என ஓடுகிற முன்னாள் இராஜாவோடு (இன்னாள் பரதேசி) செத்தாலும் சாகிறேன், நீர் (ராஜா எங்கே இருப்பீரோ) அங்கே உமது அடியானும் என தன் ஜீவன் மேல் ஆணையிட்டு ஓடுகிறான். தாவீது எத்தனையோ தடைகளை சொல்லி பார்க்கிறான். ஆனால் ஈத்தாய் தாவீதின் மேல் வைத்த நேசத்தால் உன்னதப்பாட்டு.8.6,7ன்படி ஈத்தாய்க்குள்ளே இருந்த நேசம், மரணத்தை கூட மதிக்காமல் அக்கினியாய் கடும் ஜ்வாலை-யாய் கொழுந்து விட்டு எரிய ஆரம்பித்தது. தாவீது எத்தனையோ டாங்-கர் தண்ணீர்களை விட்டு அந்த நேச அக்கினியை அனேக்க முற்பட்ட போதும் கூட அந்த தண்ணீர்களாகிய தடைகள் எல்லாம் எரிகிற நேசத் தழலுக்கு எண்ணெயை போல வேகத்தை கூட்டியதே தவிர கொஞ்சமும் குறையவில்லை.

இப்படிப்பட்ட நேச வைராக்கியத்தை தான் பரம தாவீதாகிய உன் ராஜா உன்னிடத்தில் இன்று எதிர்பார்க்கிறார். ஒருவேளை நீயும் நானும் ராஜா என்னை அந்நியன் என்று சொல்லிவிட்டார், மட்டுமல்ல நீ நேற்று வந்தவன் தானே எனக் கேட்டு விட்டார், ஆகவே இனி எனக்கு இந்த ராஜாவும் வேண்டாம், அவருடைய சேனையும் வேண்டாம் எனத் திரும்பி இருக்கலாம். ஆனால் இராஜாவின் தடை சொற்கள், ஈத்தாயை மனமடிய செய்யவில்லை. ஈத்தாய்க்கு ஒன்று மட்டும் தான் தெரிந்தது.

"ஆதலால் இக்காலத்துப் பாடுகள் இனி நம்மிடத்தில் வெளிப்படும் மகிமைக்கு ஒப்பிடத்தக்கவைகள் அல்ல-வென்று எண்ணுகிறேன்.

ரோமர்.8:18"

"36. கிறிஸ்துவின் அன்பைவிட்டு நம்மைப் பிரிப்பவன் யார்? உபத்திரவமோ, வியாகுலமோ, துன்பமோ, பசியோ, நிர்வாணமோ, நாசமோசமோ, பட்டயமோ?
37. இவையெல்லாவற்றிலேயும் நாம் நம்மில் அன்புகூருகிற-வராலே முற்றும் ஜெயங்கொள்ளுகிறவர்களாயிருக்கிறோமே.
38. மரணமானாலும், ஜீவனானாலும், தேவதூதர்களானா-லும், அதிகாரங்களானாலும், வல்லமைகளானாலும், நிகழ்-காரியங்களானாலும், வருங்காரியங்களானாலும்,
39. உயர்வானாலும், தாழ்வானாலும், வேறெந்தச் சிருஷ்-டியானாலும் நம்முடைய கர்த்தராகிய கிறிஸ்து இயேசுவி-லுள்ள தேவனுடைய அன்பைவிட்டு நம்மைப் பிரிக்கமாட்-டாதென்று நிச்சயித்திருக்கிறேன்.

ரோமர்.8:36-39"

எனவே இராஜாவாகிய கிறிஸ்துவின் அன்பை விட்டு நான் பிரியமாட்-டேன்.

பிரியாமல் போன ஈத்தாயை தாவீது மறந்து விட்டாரா?

> "பின்பு தாவீது ஜனங்களில் மூன்றில் ஒரு பங்கை யோவா-பின் வசமாகவும், மூன்றில் ஒரு பங்கைச் செருயாவின் குமாரனும் யோவாபின் சகோதரனுமான அபிசாயின் வசமா-கவும், மூன்றில் ஒரு பங்கைக் கித்தியனாகிய ஈத்தாயின் வசமாகவும் அனுப்பி: நானும் உங்களோடேகூடப் புறப்பட்டு வருவேன் என்று ராஜா ஜனங்களிடத்தில் சொன்னான்.
>
> 2 சாமுவேல்.18:2 "

நேற்று வந்த ஈத்தாய் மூத்த படைத்தளபதியாகிய யோவாபிற்கு சமமாக ஜனத்தில் 3ல் ஒரு பங்கிற்கு தலைவனாய் அமர்த்தப்படுகிறான். எனவே எனக்கருமையான தேவபிள்ளைகளே, சோர்ந்து போகாமல் கர்த்தருக்காய், அவருடைய ஜனங்களுக்காய் செத்தாலும், பிழைத்தாலும் என ஓடுங்கள். நீங்கள் தான் இஸ்ரவேலின் கோத்திரங்களை நியாயம் தீர்ப்பீர்கள்.

மொர்தெகாயைப் பார்த்து தெரிந்து கொள், எஸ்தரைப் பார்த்து செயல்படு, நல்ல சமாரியனைப் பார்த்து இறங்கி வா!

22

வைராக்கிய வீராங்கனை ரூத்

"நீர் மரணமடையும் இடத்தில் நானும் மரணமடைந்து, அங்கே அடக்கம்பண்ணப்படுவேன்; மரணமேயல்லாமல் வேறொன்றும் உம்மை விட்டு என்னைப் பிரித்தால், கர்த்தர் அதற்குச் சரியாகவும் அதற்கு அதிகமாகவும் எனக்குச் செய்யக்கடவர் என்றாள்.

ரூத்.1:17"

மேற்குறிப்பிட்டுள்ள வசனத்தை திரும்ப திரும்ப வாசியுங்கள். அந்த ரூத்-துடைய விசுவாச வைராக்கியம் இப்போதே உங்களுக்குள்ளும் துளிர்க்-கட்டும்.

உலக பிரகாரமாய் பார்த்தால் ஒரு மாமியார். ரூத்துக்கு கணவனும் இல்லை, மணமாகாத கணவனுடைய தம்பியும் இல்லை. ஆனால் ரூத்தோ தன் மாமியாருடைய இரத்தமே உறைந்து போகிற அளவிற்கு, பிரியமுடியாது என்கிற வைராக்கிய வார்த்தையை கூறுகிறாள்.

இன்றைக்கு தன் கணவன் உயிரோடு இருந்து நன்றாக சுகபோகமாய் வாழ்ந்து கொண்டிருக்கும் போதே, மாமியாருக்கு கஞ்சி கிடையாது. மட்-டுமல்ல கணவனிடம் கேட்கிற கேள்வி, ஒன்றில் நான் அந்த வீட்டில்

வாழ வேண்டும் இல்லாவிட்டால் உங்க அம்மா வாழ வேண்டும் நீங்களே முடிவு பண்ணி கொள்ளுங்கள். மனைவியா-உங்க அம்மாவா இதற்கு பதில் சொல்ல முடியாமல் மரணத்திற்கு முன்பே உயிரோடு சமாதியாகிய முதியோர் இல்லத்தில் அல்லது தெருக்களில் அனாதையாய் அலையும் மாமியார்கள். இப்படிப்பட்ட கால சூழ்நிலையிலே இப்படி ஒரு வைராக்-கியமா? மரணமேயல்லாமல் வேறொன்றும் உம்மை விட்டு என்னை பிரிக்ககூடாது. ஆஹா என்ன ஆச்சரியம். ஏன்?

ரூத்தினுடைய சரித்திரம் யாவருமே நன்றாக அறிந்த பகுதிதான். இருப்பினும் மேலே நான் உலக பிரகாரமான காரியத்தை கூறினேன். இதிலே உள்ள ஆவிக்குரிய ரகசியத்தை இந்தப் பகுதியிலே சுருக்கமாய் கூற விரும்புகிறேன். நகோமி கர்த்தருடைய திட்டத்தை கேட்காமல் பெத்லகேமிலே பஞ்சம் வந்ததும், அப்பத்தின் வீடாகிய பெத்லகேமை விட்டு விட்டு வேசிதனச் சந்ததியாகிய மோவாபியர்கள் வாழ்ந்த மோவா-புக்குள் அடைக்கலத்தை கண்டாள் (ஆதியாகமம்.19:30-38).

நகோமியே! கர்த்தருடைய சித்தம் இல்லாமல் உன்னுடைய சுய விருப்பத்தின்படி நீ போனபடியினால் நடந்தது என்ன? எல்லா ஆண் பிள்ளைகளையும் இழந்து, கணவனையும் இழந்து இப்போது 3 பேருமே விதவை. இதற்கு யார் காரணம்? உன்னுடைய சுயம் அல்லவோ? உன் சுய புத்தியின் மேல் சாயாதே. இன்று அநேகர் இப்படியே சுய புத்தியின் மேல் சாய்ந்து,

<blockquote>
"பெத்தலகேம் - மோவாப் - முடிவு - விதவைகள்
எருசலேம் - எரிகோ - முடிவு - சத்துருவின் கையில்
சிக்கி மரண போராட்டம்
எருசலேம் - எம்மாவூர் - முடிவு - குருட்டாட்டம்
மலைக்குப் போ என்றால் - சேவார் - முடிவு -
வேசித்தனம்"
</blockquote>

எனக்கன்பானவர்களே வேண்டாம் சுயம், இப்போது இரண்டு விதவை மருமக்களும் விதவையாகிய மாமியாரோடு கூடு மீண்டும் "பெத்லகேம்" நேராய் போவதற்கு தீர்மானம் எடுத்தார்கள்.

"உம்முடைய ஜனத்தண்டைக்கே உம்முடன்கூட வருவோம்
என்றார்கள்.

ரூத். 1:10"

அதற்கு நகோமி ரூத்.1:11-14 வரை அநேக காரியங்களை சொல்லி உங்-
கள் வாழ்க்கையை தொடர்வதற்கு என்னிடத்தில் பிள்ளைகள் இல்லை.
ஆகவே உங்கள் தீர்மானங்களை மறந்து திரும்பி போய் உங்கள் தாய்-
வீட்டில் வாழுங்கள் என்கிறார். ஒர்பாள் நினைத்தாள், சரிதானே! நாமும்
கூட ஒர்பாளைப் போல தான் ஒவ்வொரு ஜனவரி 1 ஆம் தேதியும்
தீர்மானம் எடுக்கறோம். பின்பு எப்படி ஒர்பாள் மாமியாரை முத்தமிட்டு
திரும்பி போனாளோ அதே போல எந்த வித தடயமும் இல்லாமல் நம்-
முடைய தீர்மானமும் போய் விடுகிறது. போகட்டும் தொடர்ந்து ரூத்தோ
விடாமல் நகோமியை பற்றி கொண்டு வைராக்கியமாய் பெத்லகேமிர்-
குள்ளாய் வந்து விடுகிறாள். அவள் வைராக்கியம் தான் என்ன? வேதம்
சொல்லுகிறது,

"ரூத்தோ அவளை விடாமல் பற்றிக்கொண்டாள்.

ரூத்.1:14"

எனக்கண்பானவர்களே, உங்கள் வைராக்கியத்திற்கும் தேவ சமூகத்திலே
நீங்கள் எடுக்கும் ஒவ்வொரு தீர்மானத்திற்கும் நீங்கள் உங்கள் மாமியார்,
மாமனார், உற்றார், உறவினர். இனம், ஜனம், யாவரிடம் காட்டும் அன்-
பிற்கும் நிச்சமமாகவே பலன் உண்டு. ஒன்றும் வீண் போகாது. எனவே
தான் போவாஸ் ரூத்தை பார்த்து இவ்வாறு சொல்கிறான்,

"உன் செய்கைக்குத்தக்க பலனைக் கர்த்தர் உனக்குக்
கட்டளையிடுவாராக; இஸ்ரவேலின் தேவனாகிய கர்த்தரு-
டைய செட்டைகளின்கீழ் அடைக்கலமாய் வந்த உனக்கு
அவராலே நிறைவான பலன் கிடைப்பதாக என்றான்.

ரூத்.2:12"

இன்று பரம போவாஸாகிய கர்த்தர் உன்னையும், என்னையும் பார்த்து நம் செய்கைகளை பார்த்து இதே வார்த்தைகளை தான் சொல்கிறார். உன் செய்கை அவருக்கு முன்பாக எப்படி இருக்கிறது? உங்கள் செய்-கைகளை சீர்தூக்கிப் பாருங்கள். தொடர்ந்து ரூத்தின் ஒரு சில காரியங்-களை இங்கே தியானிப்போம்,

உறுதியாய் பற்றி கொண்ட ரூத்:

"அதற்கு ரூத்: நான் உம்மைப் பின்பற்றாமல் உம்மைவிட்-டுத் திரும்பிப் போவதைக்குறித்து, என்னோடே பேசவேண்-டாம்; நீர் போகும் இடத்திற்கு நானும் வருவேன்; நீர் தங்கும் இடத்திலே நானும் தங்குவேன்; உம்முடைய ஜனம் என்னு-டைய ஜனம்; உம்முடைய தேவன் என்னுடைய தேவன்.

ரூத்.1:16"

ரூத் தன்னுடைய மாமியாரை பற்றிக் கொண்டாள் என்று சொல்வதை விட அவள் பெத்லகேமின் ஜனங்களையும், தேவனையுமே பற்றிக் கொண்டதை இந்த வசனம் தெளிவாய் கூறுகிறது. "உம்முடைய ஜனம் என்னுடைய ஜனம்" இதுவரை மோவாபிற்குள் வாழ்ந்து மோவாபிய தெய்வங்களை வழிபட்டு வந்த ரூத்திற்கு வெறுமையான வாழ்க்கை தான். எனவே இஸ்ரவேலின் தேவனை நம்பி புறப்பட்டாள். மட்டுமல்ல தேவனுடைய ஜனங்கள் மரணமடையும் இடத்தில் தன் மரணமும் நேரிட வேண்டும் என ஒரு மிஷினரியைப் போல உறுதியான நோக்கத்தோடு புறப்பட்டாள்.

மோவாப் தேசத்திலிருந்து திரும்பி வந்தாள்:

மோவாபை குறித்து நான் சொல்ல வேண்டியதில்லை, கர்த்தருடைய சத்-தத்திற்குக் கீழ்படியாத லோத் என்னால் அந்த மலைக்கு போக முடி-யாது, எனவே சோவாருக்கு போகிறான் என அடம் புடித்து, அங்கே

ஒரு இரவு கூட தாக்கு பிடிக்க முடியாமல் பயந்து மலைக்கு போய் ஒரு கெபியிலே குடியிருந்து மதுவிற்கு அடிமைப்பட்டு தன் சொந்த பெண் பிள்ளைகளினால் உருவான சந்ததிதான் அம்மோனியனும், மோவாபியனும். (காண்க. ஆதியாகமம்.19 ஆம் அதிகாரம்). இன்றும் நீயும் நானும் கூட இப்படி கர்த்தருடைய வார்த்தைக்கு எதிர்த்து கீழ்படியாமல் சுயமாய் போய், சின்னாபின்னமாகிறோம். இதற்கு விடுதலையாக மார்க்கம் தான் என்ன? தன் ஆதி தகப்பன் லோத் செய்த பாவத்திற்காக ரூத் செய்த பரிகாரம் இதுதான். வேண்டாம் இந்த மோவாப். நான் அப்பத்தின் வீடாகிய பெத்லகேமிற்குள் போகிறேன் என தீர்மானம் எடுத்து தான். ஆகவே தான்,

> "அம்மோனியனும் மோவாபியனும் கர்த்தருடைய சபைக்கு
> உட்படலாகாது; பத்தாம் தலைமுறையிலும் என்றைக்கும்
> அவர்கள் கர்த்தருடைய சபைக்கு உட்படலாகாது.
>
> உபாகமம்.23:3 "

என்ற மோசேயின் நிரந்தரப் பிரமாணத்தையே மாற்றி தன் சந்ததியிலே இயேசுவைப் பிறக்க வைத்தாள் பாருங்கள். மோவாபை விட்டு விட்டு வருகிற ஒரு தீர்மானம் தான் எவ்வளவு பெரிய காரியத்திற்கு வித்தாக அமைந்தது. இன்றைக்கு இயேசு உங்கள் உள்ளத்திலே பிறப்பதற்கு நீ விட்டு விட்டு வர வேண்டியது என்ன? தீர்மானம் பண்ணுங்கள். எடுத்த தீர்மானத்தில் உறுதியாய் இருந்து எதிரான பிரமாணங்களையும், சட்டதிட்டங்களையும் உடைத்தெறியுங்கள்.

மோவாபின் பாரத்தை குறித்து ஏசாயா தீர்க்கதரிசி தன் ஆகமத்திலே 15,16,25 ஆகிய அதிகாரங்களிலே தெளிவாய் எழுதியுள்ளார். அதை முழுவதும் படித்து பாருங்கள். மோவாப் என்றால் பெருமை என்பதை திட்டமாய் எழுதிய தீர்க்கன், அப்படி பெருமையான சந்ததியிலிருந்து எப்படி இறங்கினாள் என பார்ப்போம். நம் பெருமையை விட்டு இறங்குவோம். தேசத்தை சொந்தமாக்குவோம்.

கதிர்களை பொறுக்கி கொண்டு வருகிறேன் என்றாள்:

"மோவாபிய ஸ்திரீயான ரூத் என்பவள் நகோமியைப் பார்த்து: நான் வயல்வெளிக்குப் போய், யாருடைய கண்களில் எனக்குத் தயைகிடைக்குமோ, அவர் பிறகே கதிர்களைப் பொறுக்கிக்கொண்டுவருகிறேன் என்றாள்; அதற்கு இவள்: என் மகளே, போ என்றாள்.

ரூத்.2:2 "

கதிர்கள் என்பது ஆத்துமாக்களை குறிக்கும். வயல்வெளி என்பது உனக்கு முன்பாக இருக்கும் பரந்து விரிந்த தேசம். நீ பொறுக்கின இடத்திலே பொறுக்கி கொண்டிப்பாயானால் வெறுமையை தான் பார்ப்பாய். அழைப்பிற்காக காத்திருப்பாயானாலும் ஒரு நாளும் வயல்வெளிக்கு உள்ளே செல்ல முடியாது. கர்த்தர் யாரையும் பேரை சொல்லி கூப்பிட்டு நீ வயல்வெளியிலே போய் ஆத்துமாக்களை ஆதாயம் செய் என்று சொல்லுவார் என ஆண்டு கணக்காய் நீ காவல் இருக்க வேண்டிய அவசியமில்லை. உலகத்தில் உள்ள அத்தனை விசுவாசிகளுக்கும் இந்த அழைப்பை மாறாத பிரமாணமாய் இயேசு புறப்பட்டு போங்கள் என எழுதி வைத்து விட்டார். இதற்கு மேலும் உங்களுக்கு அழைப்பு இருக்கிறதா எனக் கேட்கும் உங்கள் போதகருக்கு நீங்கள் பதில் சொல்ல வேண்டிய அவசியமில்லை. ரூத் சொன்னது போல வயல் வெளிக்கு போய் கதிர்களை பொறுக்கி கொண்டு வருகிறேன் எனக் கூறி விட்டு புறப்படுங்கள். அப்படி உங்களையே அர்பணித்து நீங்கள் புறப்பட்டால் எந்த வயல்வெளியெல்லாம் நீங்கள் பொறுக்கினீர்களோ, அதற்கெல்லாம் நீங்கள் தான் சொந்தகாரராகப் போகிறீர்கள். இதுவரை நீங்கள் பொறுக்கி, இனி நீங்கள் பொறுக்கி அல்ல, (எஜமாட்டி) பொறுக்கின வயல் வெளிக்கு சொந்தக்காரி.

இதைதான் கர்த்தர் ஆபிரகாமிற்கும், ஆபிரகாமின் சந்ததிக்கும் வாக்கு பண்ணியிருக்கிறார். நீ எழுந்து தேசத்தின் நீளமும் அகலமும் எம்மட்டோ, அம்மட்டும் நடந்து திரி, உனக்கு அதை தருவேன் என்றார்.

ஆதியாகமம்.13:17

செத்தாலும் உம்முடைய ஜனங்களோடு என்ற முடிவோடு இஸ்ர-
வேலின் தேவனே என் தேவன் என்னும் வைராக்கியத்தோடு வந்தாள்.
இயேசுவின் வம்ச வழியிலே முக்கிய நபராய் மாற்றப்பட்டு விட்டாள்.
உன் வைராக்கியம் எங்கே?

23

சட்டத்தை மீறி யூத குலத்திற்காக நான் செத்தாலும் சாகிறேன் என்ற எஸ்தர்

இந்து தேசம் முதல் எத்தியோப்பியா தேசம் வரைக்குமுள்ள 127 நாடு-களை ஆண்ட அகாஸ்வேரு ராஜாவின் பட்டத்து ஸ்திரீ (எஸ்தர்.1:1; 2:7).

வஸ்தியின் உத்தமத்தை காட்டிலும் தன்னுடைய உத்தமத்தில் பெயர் பெற்றவள்

தன்னை காண்கிற எல்லார் கண்களிலும் தயை கிடைக்கப் பெற்றவள்

எவ்வளவு கனம் பெற்றவளாய் இருந்தாலும், தன்னுடைய ஆதி நிலையை மறக்காமல் எருசலேமிலிருந்து அடிமையாய், தாய் தகப்பன் இல்லாமல் தன் உறவுமுறை சகோதரனாகிய மொர்தெகாய் வளர்த்தா-லும், அனாதையை ஆதரிக்க இராஜாவின் 7 தாதிமார்கள் நியமிக்-

கப்பட்ட பின் கூட தன் சகோதரனாகிய மொர்தெகாயின் வார்த்தைக்கு இவ்வளவு பெரிய தியாகத்தை செய்ய வைத்தது.

"13. மொர்தெகாய் எஸ்தருக்குத் திரும்பச் சொல்லச்சொன்-னது: நீ ராஜாவின் அரமனையிலிருக்கிறதினால், மற்ற யூதர் தப்பக்கூடாதிருக்க, நீ தப்புவாயென்று உன் மனதிலே நினைவுகொள்ளாதே.

14. நீ இந்தக் காலத்திலே மவுனமாயிருந்தால், யூதருக்குச் சகாயமும் இரட்சிப்பும் வேறொரு இடத்திலிருந்து எழும்பும், அப்பொழுது நீயும் உன் தகப்பன் குடும்பத்தாரும் அழி-வீர்கள்; நீ இப்படிப்பட்ட காலத்துக்கு உதவியாயிருக்கும்படி உனக்கு ராஜமேன்மை கிடைத்திருக்கலாமே, யாருக்குத் தெரியும், என்று சொல்லச்சொன்னான்.

15. அப்பொழுது எஸ்தர் மொர்தெகாய்க்கு மறுபடியும் சொல்லச்சொன்னது:

16. நீர் போய், சூசானில் இருக்கிற யூதரையெல்லாம் கூடி-வரச்செய்து, மூன்றுநாள் அல்லும் பகலும் புசியாமலும் குடி-யாமலுமிருந்து, எனக்காக உபவாசம்பண்ணுங்கள்; நானும் என் தாதிமாரும் உபவாசம்பண்ணுவோம்; இவ்விதமாக சட்-டத்தை மீறி, ராஜாவினிடத்தில் பிரவேசிப்பேன்; நான் செத்-தாலும் சாகிறேன் என்று சொல்லச்சொன்னாள்.

எஸ்தர்.4:13-16"

இந்த பகுதியை நான் ஒரிஸ்ள மாநிலத்திலுள்ள சுந்தர்ஹார் மாவட்-டத்தின் ரூர்கேலாவில் இருந்து எழுதிக் கொண்டிருந்தேன். அன்றைக்கு தேதி 26.8.2008. அப்போது ஒரிசாவே கலங்கி கொண்டிருந்தது. மாநி-லம் முழுவதும் ஒரிஸ்ராவில் இருக்கும் மிஷினரிகளை கொன்று இங்-கேயே சமாதி கட்ட வேண்டும் என்கிற கோஷமும், கடையடைப்பும், கிறிஸ்தவர்களையும், கிறிஸ்துவை அறிவிக்கிறவர்களையும், கிறிஸ்தவ சபை மற்றும் கல்வி நிறுவனங்கள், தொண்டு நிறுவனங்கள் தீக்கிரை-யாகி கொண்டிருந்த நேரம். ஏன்?

கடந்த 2007 டிசம்பர் 24ம் தேதி ஒரிஸாவில் உள்ள கந்தமால் மாவட்டத்தில் கிறிஸ்மஸ் கொண்டாடுகிற போது கிறிஸ்தவர்களுக்கும் எதிர் மதங்களுக்கும் இடையே ஏற்பட்ட கலவரத்தால் சுமார் 8க்கும் மேற்பட்ட கிறிஸ்தவ சபைகளும் ஸ்தாபனங்களும் தீ வைத்து கொழுத்-தப்பட்டன. அதன் விளைவாக அதற்கு காரணமான சுவாமி லக்கம-ணனந்த சரஸ்வதி மற்றும் அவருடைய கூட்டாளிகள் உட்பட 5 பேரை-யும் தீவிரவாதிகள் 23.8.2008 அன்று கொன்று விட்டதால் மாவட்டமே கலங்கி போயிருந்தது.

வேதத்தில் எஸ்தர்.3:15ன் பின்பகுதி சொல்லுகிறது, சூசான் நகரம் கலங்கிற்று. உண்மை தான், யூத குலத்தை அழிக்க துஷ்ட ஆமானின் சதியால் நகரமே கலங்கினது போல, துஷ்ட சக்தியால், ஒரிஸ்ஸா கலங்கி கொண்டிருக்கிறது. அந்த வேளையில் என் அன்பு மனைவியும் மற்றும் ஊரில் இருந்த என் நண்பர்கள் திரு. மனோகர்தாஸ், டாக்டர்.மனக்ஷா மற்றும் அன்பு அண்ணன் திரு. ரவி ஆபிரகாம் தனிமையில் இருந்த என்னை தொலைபேசியில் தேற்றிக் கொண்டிருந்தனர். இருக்கட்டும். இந்த ஜனங்களை யார் தேற்றுவது?

இன்றைக்கு ஊரிலே நான் யார் தெரியுமா?நான் தான் மைனாரிட்டி கவுன்சில் தலைவர், நான் தான் இன்டர்நேஷனல் ஐக்கிய தலைவர். நான் யார் தெரியுமா யாராலும் வாதாட முடியாத கேஸை ஜெயித்து காட்டுகிற சட்ட நிபுணர் என வாய் ஜாலம் அடிக்கும் உங்களுக்கு தான், தன்னை போல பிறனை நேசி என்னும் தாரக மந்திரத்தோடு பணி செய்ய துடிக்கும் உங்களுக்கு இதோ ஓர் நல்ல சந்தர்ப்பம். வாருங்கள். அப்பாவி ஆதிவாசி மக்கள் மிருகங்களை போல வெட்டி வீழ்த்தப்படு-கிறார்களே, சுட்டெரிக்கப்படகிறார்களே! ஒரிஸ்ஸாவில் புல்பானி கந்த-மால் மாவட்ட பிரச்சனையால் 24,000த்திற்கும் மேற்பட்ட உங்கள் சக ஜனங்கள் காடுகளையும், குகைகளையும் தங்களுக்கு அடைக்கலமாக்கி தப்பிக்கலாம். (உயிரை மட்டும்) என நினைத்தும் புலிக்கு பயந்து தப்-பினவனுக்கு சிங்கம் எதிர்பட்டது போல அங்கேயும் எதிரிகளின் குண்-டுகளுக்கு பலியாகி கொண்டிருக்கிறார்கள். மட்டுமா? தங்கள் ஊரில் இருந்த எல்லா உடைமைகள் மற்றும் ஒரிஸா மாநிலம் முழுவதும் பரவ-லாக சுமார் 150க்கும் மேற்பட்ட கிறிஸ்தவ ஆலயங்கள், அமைப்புகள் தீக்கிரையாகி தரைமட்டமாகியுள்ளன. ஒரிஸ்ஸா மாநில உன் சகோதர சகோதரிகள் கதிகலங்கி எப்பொழுது சபேயர் வந்து சரித்து விடுவார்கள்

என, உயிரோடு செத்து கொண்டிருக்கும் போது நீயோ தன்னைப் போல் பிறனை நேசி என்று சொல்லி விட்டு சாப்பிட்டு, மது அருந்தி பயத்தால் தூக்கம் வராவிட்டாலும் தூக்க மாத்திரையை போட்டு தூங்க முயற்சிக்-கிறாயே!

சகோதரா உனக்கு பிறன் யார்? கேட்பதற்கு ஆள் இல்லை என்று எண்ணி தலைவர்களும் தொண்டர்களும் கொக்கரித்து வலம் வந்து கொண்டிருக்கும் இந்த மாநிலத்தில் நமது சகோதர்களுக்காக ஒரு யோவாபும், அபியாவும் சகோதர சிநேகத்தால் ஈர்க்கப்பட்டு சென்றது போல் (2 சாமுவேல்.10 காண்க) செல்லுவோம்.

> " தைரியமாயிரு; நம்முடைய ஜனத்திற்காகவும், நம்முடைய தேவனுடைய பட்டணங்களுக்காகவும் சவுரியத்தைக் காட்டு-வோம்; கர்த்தர் தமது பார்வைக்கு நலமானதைச் செய்வா-ராக என்றான்.
>
> 2 சாமுவேல் .10:12 "

என்ற வசனத்தின்படி உங்கள் பதவி பட்டங்கள், திறமைகள், அந்தஸ்-துக்கள், அனைத்தையும் நம்முடைய ஜனத்திற்காகவும், தேவனுடைய பட்டணத்திற்காகவும் இறங்கி போராடுங்கள். ஆகவே தான் மொர்தெ-காய் எஸ்தருக்கு சொன்னான் (எஸ்தர்.4:13,14).

பதவியும், பட்டமும், தெம்பும் மற்றவர்களை ஏமாற்றி, லஞ்சம் வால-னியத்தை பார்த்து பணமும் சேர்த்து வைத்திருப்பதால் நீயும் உன் குடும்-பமும் தப்பிவிடலாமென்று நினைவு கொள்ள வேண்டாம். இப்பொழுது நீங்கள் மவுனமாய் இருந்தால் ஒரிஸ்ஸா மக்களுக்கு சகாயமும், இரட்-சிப்பும் வேறொரு இடத்தில் இருந்து வரும். அப்பொழுது இப்போது கொழுத்திருக்கிற நீயும் உன் தகப்பன் வீட்டாரும் அழிவீர்கள். உங்க-ளைப் பார்த்து தான் ஆமோஸ் தீர்க்கதரிசி எழுதி வைத்திருக்கிறார்.

> " 3. தீங்குநாள் தூரமென்றெண்ணிக் கொடுமையின் ஆசனம் கிட்டிவரும்படி செய்து,
> 4. தந்தக் கட்டில்களில் படுத்துக்கொண்டு, தங்கள் மஞ்-சங்களின்மேல் சவுக்கியமாய்ச் சயனித்து, மந்தையிலுள்ள

ஆட்டுக்குட்டிகளையும், மாட்டுத்தொழுவத்திலுள்ள கன்றுக்-
குட்டிகளையும் தின்று,

5. தம்புரை வாசித்துப் பாடி, தாவீதைப்போல் கீதவாத்தியங்-
களைத் தங்களுக்கு உண்டுபண்ணி,

6. பெரிய பாத்திரங்களில் மதுபானத்தைக் குடித்து, சிறந்த
பரிமளதைலங்களைப் பூசிக்கொள்ளுகிறார்கள்; ஆனாலும்
யோசேப்புக்கு நேரிட்ட ஆபத்துக்குக் கவலைப்படாமற்போகி-
றார்கள்.

7. ஆகையால் அவர்கள் சிறையிருப்புக்குப் போகிறவர்க-
ளின் முன்னணியிலே போவார்கள்; இப்படியே செல்வமாய்ச்
சயனித்தவர்களின் விருந்துகொண்டாடல் நின்றுபோகும்.

ஆமோஸ்.6:3-7"

ஆகவே செத்தாலும் சாகிறேன் என சட்டத்தை மீறி கூட ராஜாவின்
அரண்மனைக்குள்ளே நான், பிரவேசிக்க போகிறேன் என்று போன
எஸ்தரை போல, உங்கள் மேன்மைகளை கொண்டு அழிக்கப்பட்டு
கொண்டிருக்கும் இந்த அப்பாவி ஜனங்களுக்காக செலவிடுங்கள்.
அரசாங்கமே என்ன என்றும், அரசு இயந்திரத்தையே அறியாமல் நாட்-
கள் பிறப்பதையும், முடிவடைவதையும் தெரியாமல் இருக்கும் இந்த
கோழை ஜனங்களுக்காகவும் அவர்கள் பிரதி நிதியாய் அரசிடம்
போராட வாருங்கள். அவர்களது உரிய உதவிகளை நீதிமன்றம் மூலம்
வாதாடி வாங்கி கொடுக்க புறப்படுங்கள். மதமாற்ற தடைசட்டம் என்று
வாய் கிழிய பேசி கொண்டு கொட்டம் அடிக்கும் கரசேவர்களின் கொட்-
டத்தை சட்டத்தின் மூலம் அகற்றுங்கள். இது வல்லவோ ஊழியம். இன்-
னும் மெளனம் வேண்டாம். விடுதலைக்கு பிறர் இறங்கும் முன் நீங்-
கள் இறங்கி விடுங்கள். சகாயமும் இரட்சிப்பும் உங்களுடைய கணக்கில்
ஏறட்டும்.

மத்தேயு 25:40ன்படி, இன்றைக்கே புறப்பட்டு நித்திய ராஜ்யத்திற்கு
பங்காளிகளாய் மாறுங்கள். செத்தாலும் சாகிறேன் என்று சட்டத்தை
மீறுகிற தைரியம் வரா விட்டாலும் சட்டத்தின்படியே போராட தயாரா-
குங்கள்.

∾

24

அங்கே சாவோம்; நாம் இங்கே இருந்தாலும் சாவோம்

———— ❧ ————

"27. அதற்கு அவன்: கர்த்தர் உன்னை இரட்சிக்காதிருந்-
தால் நான் எதிலிருந்து எடுத்து உன்னை இரட்சிக்கலாம்?
களஞ்சியத்திலிருந்தா, ஆலையிலிருந்தா என்று சொல்லி,
28. ராஜா பின்னையும் அவளைப் பார்த்து: உனக்கு என்-
னவேண்டும் என்று கேட்டான். அதற்கு அவள்: இந்த ஸ்திரீ
என்னை நோக்கி: உன் மகனைத் தா, அவனை இன்று
தின்போம்; நாளைக்கு என் மகனைத் தின்போம் என்றாள்.
29. அப்படியே என் மகனை ஆக்கித் தின்றோம்; மறுநா-
ளில் நான் இவளை நோக்கி: நாம் உன் மகனைத் தின்ன
அவனைத் தா என்றேன்; அவள் தன் மகனை ஒளித்து-
விட்டாள் என்றாள்.
30. அந்த ஸ்திரீயின் வார்த்தைகளை ராஜா கேட்டவுடனே,

அலங்கத்தின்மேல் நடந்துபோகிற அவன் தன் வஸ்திரங்க-
ளைக் கிழித்துக்கொண்டான்; அவன் உள்ளே தன் சரீரத்-
தின்மேல் இரட்டு உடுத்தியிருக்கிறதை ஜனங்கள் கண்டார்-
கள்.

2 இராஜாக்கள்.6:27-30 "

இஸ்ரவேலில், சமாரியாவில் பஞ்சம் தலைவிரித்தாடுகிறது. நீங்களும் நானும் பார்க்காத, கேட்காத பஞ்சம் அது என்ன பஞ்சம்? கிளி கெட்டி பஞ்சம் தான், நான் என்னுடைய அம்மா சொல்லக் கேட்டிருக்கிறேனே- யொழிய இப்படிபட்ட பஞ்சத்தை வேதத்தில் படித்து தான் என் இதயமே வேகமாய் அடிக்கிறது. அந்த கொடுமை தான் என்ன?

ஒரு ஸ்திரீ ராஜாவை பார்த்து சொல்லுகிறான். இராஜாவே ரட்சியும். இந்த ஸ்திரீ என்னிடத்தில் இன்றைக்கு உன் பின்னைய தின்போம், நாளைக்கு என் பிள்ளையை தின்னலாம் என்று சொல்லி என் பிள்-ளையை சமைத்து சாப்பிட்டோம். மறுநாளோ தன் பிள்ளையை ஒளித்து வைத்துவிட்டாள். எவ்வளவு பெரிய கொடுமை ஐயா? சற்று சிந்தித்துப் பாருங்கள். இதை குறித்து தான் எரேமியா புலம்புகிறான்.

" இரக்கமுள்ள ஸ்திரீகளின் கைகள் தங்கள் பிள்ளைக-
ளைச் சமைத்தன..

புலம்பல்.4:10 "

எவ்வளவு பெரிய சாபம் பாருங்கள்.

" 53. உன் சத்துருக்கள் உன்னை முற்றிகைப்போட்டு நெருக்குங்காலத்தில், உன் தேவனாகிய கர்த்தர் உனக்குக் கொடுத்த உன் கர்ப்பக்கனியான உன் புத்திரபுத்திரிகளின் மாம்சத்தைத் தின்பாய்.

54. உன் சத்துருக்கள் உன் வாசல்களிலெங்கும் உன்னை முற்றிகைப்போட்டு நெருக்குங்காலத்தில், உன்னிடத்தில் செருக்கும் சுகசெல்வமுமுள்ள மனிதன் சகலத்தையும் இழந்து, தன் இல்லாமையினாலே தான் தின்னும் தன் பிள்-

• 100 •

ளைகளின் மாம்சத்திலே,

55. தன் சகோதரனுக்காகிலும், தன் மார்பில் இருக்கிற மனைவிக்காகிலும், தனக்கு மீந்திருக்கிற தன் மக்களில் ஒருவனுக்காகிலும் கொஞ்சமேனும் கொடாதபடி அவர்கள்-மேல் வன்கண்ணாயிருப்பான்."

உபாகமம் 28:53-55 கூட, கர்த்தருக்கு பயப்படாவிட்டால் உன் சத்து-ருக்கள் உன்னை நொறுக்கி இப்படிபட்ட காரியம் உன் குடும்பத்தில் சம்-பவிக்கும் என கூறுகிறது.

ஆனால் நான் உங்களோடு ஒரு ஆவிக்குரிய இரகசியத்தை விளக்க விரும்புகிறேன். இப்படிப்பட்ட சாபத்தை முறிக்க கர்த்தரால் மட்டும் தான் முடியும். அதை நீயும் நானும் விசுவாசிக்க வேண்டும்.

மேலே கூறப்பட்டுள்ள கொடூரமான சம்பவங்கள் நடந்து கொண்டி-ருக்கிற வேளையில், கர்த்தருடைய ஊழியக்காரர்களாகிய எலிசா தைரி-யமாய் சொல்லுகிறான். நாளை சமாரியாவின் வாசலிலே தாராளமாய் குறைந்த விலையில் கோதுமை மாவும் வாற்கோதுமையும் விற்கப்ப-டும் என்று, எனக்கருமையான தேவ ஜனமே, ஒரு கழுதைத் தலை எண்பது வெள்ளிக்காசுக்கும், புறாக்களுக்குப் போடுகிற காற்படி பயறு ஐந்து வெள்ளிக்காசுக்கும் (2 இராஜாக்கள்.6:25) கிடைக்காத பஞ்சத்-தில் தீர்க்கதரிசி இப்படி ஒரு குண்டை தூக்கி போடுகிறாரே. யார் தான் நம்ப முடியும்? முடியும், கர்த்தரை விசுவாசிக்கிறவர்கள் கர்த்தருடைய அன்பை ருசித்தவர்கள், அவருடைய அற்புதத்தை அனுபவித்தவர்கள் தான் விசுவாசிக்க முடியும். வேதம் சொல்லுகிறது.

"இதைச் செய்ய எனக்கு வல்லமை உண்டென்று விசு-வாசிக்கிறீர்களா என்று கேட்டார். அதற்கு அவர்கள்: ஆம் விசுவாசிக்கிறோம், ஆண்டவரே! என்றார்கள்.

மத்தேயு.9:26"

அப்பொழுது நினிவேயிலுள்ள ஜனங்கள் தேவனை விசுவா-சித்து,(யோனா.3:5)இயேசு அவளை நோக்கி: நீ விசுவாசித்தால் தேவனுடைய மகிமையைக் காண்பாய் என்று நான் உனக்குச் சொல்-

லவில்லையா என்றார் (யோவான்.11:40). எனவே, எல்லாவற்றிற்கும் அவர் மேலும் அவருடைய வார்த்தையின் மேல் வைக்கிற விசுவாசமே உன்னை அற்புதத்தை காணச் செய்யும்.

தீர்க்கதரிசியின் வார்த்தையை கேட்டுக் கொண்டிருந்த இராஜாவிற்கு கைலாகு கொடுகின்ற பிரதானியால் பொறுக்க முடியவில்லை. ஏன் என்றால் இவன் தன் இராஜாவின் பராக்கிரமத்தை பார்த்தவன். இப்போது இராஜா ஜனங்களுக்கு முன்னால் படுகிற பாடையும் பார்த்து கொண்டிருக்கிறான். கர்த்தருடைய புயம் யாருக்கு வெளிப்படும்? அவர் யாருக்கு அறிவை போதிப்பார்? யாருக்கு உபதேசத்தை உணர்த்துவார்? அவர் யார் மூலமாய் நாகமானுக்கு உணர்வைக் கொடுப்பார்? நாகமானுக்கு தீர்க்கதரிசியின் வார்த்தை எரிச்சல் தான். ஆனால் யாருக்கு அந்த கர்த்தருடைய வார்த்தை புரிந்தது பார்த்தீர்களா? அவனுடைய ஊழியக்காரனுக்குத்தான்.

> "அவன் ஊழியக்காரர் சமீபத்தில் வந்து, அவனை நோக்கி: தகப்பனே, அந்தத் தீர்க்கதரிசி ஒரு பெரிய காரியத்தைச் செய்ய உமக்குச் சொல்லியிருந்தால் அதை நீர் செய்வீர் அல்லவா? ஸ்நானம் பண்ணும், அப்பொழுது சுத்தமாவீர் என்று அவர் உம்மோடே சொல்லும் போது, அதைச் செய்யவேண்டியது எத்தனை அதிகம் என்று சொன்னார்கள்.
>
> 2 இராஜாக்கள்.5:13"

நாமும் கூட அருமையானவர்களே, அநேக நேரம் நாகமானைப் போல, மேலே பார்த்த, இராஜாவுக்கு கைலாகு கொடுக்கிற பிரதானியை போல அநேக காரியங்கள் கர்த்தருக்கு கீழ்ப்படியாமல், கர்த்தர் மேல் விசுவாசம் வைக்க, விடாமல் பின்னடைய செய்கிறது.

உன் குடும்ப அந்தஸ்து, கௌரவம், பெருமை, படிப்பு, பட்டம், கர்த்தரிடத்தில் நெருங்கவிடாமல் உனக்கு இழப்பை ஏற்படுத்தலாம்.

உன் பணம், ஐசுவரியம், நான் என்கிற ஆணவம், ஒருவேளை ஞானஸ்நான உடன்படிக்கைக்கு (யோர்தானில் மூழ்க) தடையாய் இருக்கலாம். உன்னை நடத்துகிற சபை தலைமை, உன்னுடைய சபை

போதனை, நீ மயங்கி இருக்கிற சபை பொறுப்புகள், உன் கையில் இருக்கிற வேதத்திற்கு கீழ்படியாமல் உன் விசுவாசத்திற்கு எதிராய் இருக்கலாம்.

எதுவாய் இருந்தாலும் நீ விசுவாசத்திற்கு எதிர்த்து நிற்பாயானால் பிரதானிக்கு என்ன கதியோ அது தான் உனக்கும். பிரதானிக்கு அப்படி என்ன தான் நேர்ந்து விட்டது? பிரதானி நினைத்தான், உன் தேவன் வானத்தை திறந்தால் கூட பஞ்சத்தில் போஷிக்க முடியாது என தேவனுடைய வல்லமையை குறைத்து எடைபோட்டு விட்டான். அப்படிபட்ட முட்டாள்களாகிய உலக ஞானிகளை பார்த்து தான் கர்த்தர் நகைக்கிறார். உன் ஆலோசனைப்படி நான் மதகை திறக்கமாட்டேன். அதெல்லாம் எனக்கு அதிகம். இது ஒரு தூசியை போன்றது. இதோ பார் இந்த பஞ்சத்தை தீர்க்கும் வல்லமை உன் பக்கத்தில் தான் இருக்கிறது. ஆனால் நீ ஆவிக்குரிய குருடனாயிருக்கிறபடியால் உன்னை பார்த்து தான் கடிந்து,

> "விசுவாசமில்லாத மாறுபாடான சந்ததியே, எதுவரைக்கும் நான் உங்களோடிருந்து, உங்களிடத்தில் பொறுமையாயிருப்-
> பேன்?
>
> லூக்கா.9:41"

என்று சொல்லி பிரதானியை பார்த்து சொல்லுகிறார். நான் சொல்ல ஆகும் கட்டளையிட நிற்கும் என தெரிந்து கொள். உனக்கு குணப்-படவும், விசுவாசிக்கவுமே தான் கிருடையின் காலம் 24 மணி நேரம். அவனோ அந்த கிருபையின் மணித்துளியை கூட பிரயோஜனப்படுத்த-வில்லை. நீயும் நானும் 12ம் மணி வேளையில் வந்து விட்டோம். சகோ-தரா சகோதரி பிரதானியின் கனம் வேண்டாம். இப்பொழுதே நினிவே-யின் மக்களை போல சாம்பலுக்கு வாருங்கள். இல்லாவிட்டால் தேவ கோபம் உன் மேல் வரும். நடந்தது என்ன பிரதானி பார்த்தான். கர்த்தர் சொன்னபடியே உன் கண்களினால் காண்பாய். ஆனால் சாப்பிடமாட்-டாய். இதுதான் விசுவாசியாதேவர்களுக்கு வரும் தேவ கோபம். எனக்-கருமையானவர்களே, அவனுடைய எண்ணப்படி வானத்தின் வழியாய் மதகு வழியாய் பஞ்சம் தீரவும் இல்லை. கர்த்தரிடத்திலிருந்து அக்கினி

இறங்கி அவன் சாகவும் இல்லை. எல்லாமே பக்கத்தில் தான் இருக்கி றது.

> "மரணமும் ஜீவனும் நாவின் அதிகாரத்திலிருக்கும்; அதில் பிரியப்படுகிறவர்கள் அதின் கனியைப் புசிப்பார்கள்.
>
> நீதிமொழிகள்.18:21"

செழிப்பும் உன் கைகளில் தான். எல்லாமே உன் நாவில் தான் உள்ளதே. தேவ ஜனமே ஜாக்கிரதை. பஞ்சத்தை தீர்க்க பிரதானியின் அகங் காரத்திற்கு, உலகமே அங்கிகரிக்காத குஷ்டரோகிகளை எழுப்பிவிட் டார். இதுதான் கர்த்தருடைய வல்லமை, இராஜாவினால் முடியவில்லை. ஆனால் அற்பமாய் எண்ணப்பட்ட குஷ்டரோகிகளால் முடிந்தது. அதற் குத்தான் தேவை வைராக்கியம்.

அங்கேயும் சாவுதான்; இங்கேயும் சாவு தான். சீரியனுடைய இரா னுவத்துக்குப் போவோம் என 4 குஷ்டரோகிகளும் கர்த்தரின் வார்த் தையை நிறைவேற்ற புறப்பட்டுவிட்டார்கள்.

இராஜாவிற்கு வெளிப்பாடு இல்லை
பிரதானிகளுக்கு வெளிப்பாடு இல்லை
முழு சமாரியற்கே வெளிப்பாடு இல்லை

ஆனால் பாளையத்திற்கு வெளியே ஒலிமுகவாசலில் இருக்கும் குஷ்டரோகிகளுக்கு வெளிப்பாடு, இந்த பஞ்சத்திற்கு காரணமாகிய சீரி யன் தான்.

புறப்பட்டு விட்டார்கள். சீரிய ராணுவத்தை எதிர்க்க 4 குஷ்டரோ கிகள் - வேடிக்கையாய் உள்ளது அல்லவா?

> "8. தெளிந்த புத்தியுள்ளவர்களாயிருங்கள், விழித்திருங் கள்; ஏனெனில், உங்கள் எதிராளியாகிய பிசாசானவன் கெர்ச்சிக்கிற சிங்கம்போல் எவனை விழுங்கலாமோ என்று வகைதேடிச் சுற்றித்திரிகிறான்.
>
> 9. விசுவாசத்தில் உறுதியாயிருந்து, அவனுக்கு எதிர்த்து நில்லுங்கள்; உலகத்திலுள்ள உங்கள் சகோதரரிடத்திலே அப்படிப்பட்ட பாடுகள் நிறைவேறிவருகிறதென்று அறிந்தி-

ருக்கிறீர்களே.

1 பேதுரு.5:8,9"

பெரிய சேனை வேண்டாம். குதிரையும் இரதமும் வேண்டாம், விசுவாசம் மட்டும் போதும். நீங்கள் விசுவாசத்தோடு, செத்தாலும் சாகிறேன் சாவதற்குள் எதிரியை அடையாளம் கண்டு அழித்துவிட்டு சாக முடிவு எடுங்கள். இயற்கையே சத்துருக்களுக்கு எதிராக மாறி, உங்களுக்கு கர்த்தர் ஜெயத்தை கொடுப்பார். விசுவாசிக்கிறவன் பதறான், அல்லேலூயா.

பாருங்கள் வைராக்கியம், விசுவாசம் உனக்குள் இருக்குமானால் நீ தூங்கமாட்டாய். உன் வைராக்கியம் உன்னை இருட்டோடே ஓட வைக்கும். ஓடினார்கள். ஓடினார்கள், கர்த்தருடைய வார்த்தை குஷ்டரோகிகளை ஓட வைத்தது.

"5. சீரியருடைய இராணுவத்திற்குப் போக இருட்டோடே எழுந்திருந்து, சீரியருடைய பாளயத்தின் முன்னணியில் வந்தார்கள்; அங்கே ஒருவருமில்லை.

6. ஆண்டவர் சீரியரின் இராணுவத்திற்கு இரதங்களின் இரைச்சலையும், குதிரைகளின் இரைச்சலையும், மகா இராணுவத்தின் இரைச்சலையும் கேட்கப்பண்ணினதினால், அவர்கள் ஒருவரை ஒருவர் நோக்கி: இதோ, நம்மிடத்தில் போருக்கு வர, இஸ்ரவேலின் ராஜா ஏத்தியரின் ராஜாக்களையும் எகிப்தியரின் ராஜாக்களையும் நமக்கு விரோதமாக் கூலி பொருத்தினான் என்று சொல்லி,

7. இருட்டோடே எழுந்திருந்து ஓடிப்போய், தங்கள் கூடாரங்களையும் தங்கள் குதிரைகளையும் தங்கள் கழுதைகளையும் தங்கள் பாளயத்தையும் அவைகள் இருந்த பிரகாரமாக விட்டு, தங்கள் பிராணன்மாத்திரம் தப்பும்படி ஓடிப்போனார்கள்.

2 இராஜாக்கள்.7:5-7"

• 105 •

அசைகிற இலையின் சத்தம்தாமே எதிரியை ஓட வைக்குமானால், விசு-வாசவீரர்களின் ஓட்டம், வைராக்கிய ஓட்டம், வெளிப்பாடுள்ள ஓட்டம் என்ன செய்திருக்கும்.

இதே சீரியருக்கு பேரிரைச்சலும் இராணுவ இரதத்தின் சத்தமாயும் குதிரைகளின் சத்தமாயும், மகா இராணுவத்தின் சத்தமாயும் கேட்டது. எனக்கன்பணவர்களே, நீ புறப்படு, கர்த்தர் எதிரியை ஓடவைப்பார்.

குஷ்டரோகி என்று எண்ணாதே. பெலவீனன் என எண்ணாதே, திக்-குவாயனும் மந்த நாவும் என எண்ணாதே. நீ தான் ராஜாவிற்கு செய்தி சொல்ல வேண்டியவன், நீ தான் தேசத்தின் பஞ்சத்தை தீர்க்க வேண்டி-யவன். நீ கர்த்தருக்கு பிரதானமானவன். ஜெயங்கொள்.

அப்படி இதுவரை தாயின் மண்டலத்தோடு இணைக்கப்பட்ட தொப்-புள் கொடி அறுக்கப்படுவதும் வேதனை தான். வெளி உலக காற்றை முதல் அனுபவத்தில், சுவாசிக்கும் போது அந்த குழந்தை வீர் என்று அழுது பலபாடுகள் பட்டு, இல்லாவிட்டால் இரண்டு கால்களையும் பிடித்து தலைகீழாய் தூக்கி அடி கொடுத்து தான் பழக்கப்படுத்துகிறார்-கள். புறப்பட்டு போகிற அனுபவம் கடினம்தான். அதுபோல் சபைக்குள்-ளேயே இருந்து இரட்சிப்பை பார்த்து ஜெயத்தை பார்த்து, திருப்தியடை-வாயானால் சபையை விட்டு வெளியே போகமாட்டேன், நற்செய்தியே வேண்டாம் என்றிருப்பாயானால், 10 மாதத்திற்கு மேல் குழந்தை உள்ளே இருந்தால் தாய்க்கும் சேய்க்கும் ஆபத்து போல, உனக்கும், உன் சபைக்கும் தான் ஆபத்து. ஆகவே பாஸ்டர் ஐயா சபையை விட்டு குழந்தை வெளியே போக பயந்தது போல தெரிந்தால், ஆப்ரேஷன் பண்ணியாவது அனுப்பிவிடுங்கள். ஆகவே இந்நாள் நற்செய்தி அறி-விக்கும் நாள். குஷ்டரோகி என்று பின்னடைய வேண்டாம். இன்-னும் சபையில் இருந்து பலப்படவில்லையே என்று எண்ண வேண்டாம். ஏனென்றால் உன்னால் தாமதமாகிற ஒவ்வொரு நிமிடமும் உன் தலை-யில் தான் நீ குற்றத்தை சுமக்க வேண்டும். உனக்காக யாரும் சுமக்க முடியாது. எனவே தான் இயேசு இவ்வாறாக சொன்னார்.

"2. வேதபாரகரும் பரிசேயரும் மோசேயினுடைய ஆசனத்-தில் உட்கார்ந்திருக்கிறார்கள்;

3. ஆகையால், நீங்கள் கைக்கொள்ளும்படி அவர்கள் உங்-

களுக்குச் சொல்லுகிற யாவையும் கைக்கொண்டு செய்-
யுங்கள்; அவர்கள் செய்கையின்படியோ செய்யாதிருங்கள்;
ஏனெனில், அவர்கள் சொல்லுகிறார்கள், சொல்லியும் செய்-
யாதிருக்கிறார்கள்.

4. சுமப்பதற்கரிய பாரமான சுமைகளைக் கட்டி மனுஷர்
தோள்களின்மேல் சுமத்துகிறார்கள்; தாங்களோ ஒரு விரலி-
னாலும் அவைகளைத் தொடமாட்டார்கள்.

மத்தேயு.23:2-4"

இந்த இரகசியம் பெரியது. எனவே இதை தெரிந்த 4 குஷ்டரோகிகளும்,
பொழுது விடிந்தால் இந்த சந்தர்ப்பம் நமக்கு கிடைக்காது, வேறு
யாரும் பார்த்து நற்செய்தியை அறிவித்து விடுவார்கள், எனவே பொழுது
விடியக் கூட பொறுக்க கூடாது. சகோதரா, "எத்தனை விஷயத்தை
பாழாக்கி கொண்டிருக்கிறாய்?" கேட்டால் இதற்கு உத்தாவு நான் அல்ல,
பாஸ்டர் என்று சொல்லுகிறாயே, நிச்சயம் இல்லை. இந்த பழமொழிகள்
எல்லாம் எப்பவே எடுபட்டுபோயிற்று. உங்களுக்கு தெரியாதோ.

"2. பிதாக்கள் திராட்சக்காய்களைத் தின்றார்கள், பிள்-
ளைகளின் பற்கள் கூசிப்போயின என்னும் பழமொழியை
நீங்கள் இஸ்ரவேல் தேசத்தைக்குறித்துச் சொல்லுகிறது
என்ன?

3. இனி இஸ்ரவேலில் இந்தப் பழமொழியைச் சொல்வது
இல்லை என்பதை என் ஜீவனைக்கொண்டு சொல்லுகிறேன்
என்று கர்த்தராகிய ஆண்டவர் உரைக்கிறார்.

எசேக்கியேல்.18:2,3"

சாக்கு போக்கு வேண்டாம். பொழுது விடிய விடாதே. ஓடு. பந்தய குதி-
ரையை போல ஓடி, இராஜாவின் அரண்மனை முதல் காவல்காரன்
வரை பட்டி தொட்டி முதல் ஆதிவாசிகளின் ஆதிக்கம் வரை நற்செய்-
தியை அறிவி.

"இதோ, நான் தேசத்தின்மேல் பஞ்சத்தை அனுப்பும் நாட்-
கள் வரும்; ஆகாரக் குறைவினால் உண்டாகிய பஞ்சமல்ல,
ஜலக்குறைவினால் உண்டாகிய தாகமுமல்ல, கர்த்தருடைய
வசனம் கேட்கக் கிடையாத பஞ்சத்தை அனுப்புவேன் என்று
கர்த்தராகிய ஆண்டவர் சொல்லுகிறார்.

ஆமோஸ் 8:11"

உன்னால் இந்த பஞ்சம் தீரட்டும்.

இந்நாள் நற்செய்தி அறிவிக்கும் நாள்:

ஜெயத்தை பார்த்த குஷ்டரோகிகளால் எப்படி அமைதியாய் இருக்க
முடியும். இன்று இரட்சிக்கப்பட்ட அபிஷேகிக்கப்பட்ட நாமோ ஆவியும்
இல்லாமல் அனலும் இல்லாமல் குளிர்ந்து போய் விட்டோம். ஆனால்
4 குஷ்டரோகிகளோ உடனே, தாமதிக்காமல், இனி தாமதித்தால் குற்றம்
நம்மேல் அல்லாவோ சுமரும் என்று சென்றனர். இதற்கு சபை போத-
கரோ, நம்மை வழி நடத்தியவரோ பொறுப்பேற்க முடியாதல்லவா?
தாயின் வயிற்றில் இருந்து துண்டிக்கப்பட்ட பிள்ளை உடனே வெளிக்-
காற்றை சுவாசிக்க துவங்கி விட வேண்டும்.

25

தீர்க்கதரிசிகளே... நியாயத்தீர்ப்பிற்கு தப்பித்து கொள்ளுங்கள்

யெரோபெயாம் சாலேமோன் ராஜாவின் ஊழியக்காரரில் ஒருவன். இவன் சாலமோன் ராஜாவிற்கு துரோகம் செய்ய ஆரம்பித்த உடன் ராஜாவிற்கு தெரிய வர, உயிர் பிழைக்க எகிப்திற்கு ஓடிபோகிறான். போகிற வழியில் அகியா தீர்க்கதரிசி இவனுக்கு தர்க்கதரிசனமாக நீ இஸ்ரவேலின் பத்து கோத்திரங்களுக்கு இராஜாவாயிருப்பாய் என்று சொல்கிறான்.

"30. அகியா தான் போர்த்துக்கொண்டிருந்த புதுச்சால்-
வையைப் பிடித்து, அதைப் பன்னிரண்டு துண்டாகக் கிழித்-
துப்போட்டு,

31. யெரொபெயாமை நோக்கி: பத்துத் துண்டுகளை எடுத்-
துக்கொள்; இஸ்ரவேலின் தேவனாகிய கர்த்தர் சொல்லு-
கிறது என்னவென்றால்: இதோ, நான் ராஜ்யபாரத்தைச்
சாலொமோனுடைய கையிலிருந்து எடுத்துக் கிழித்து,

உனக்குப் பத்துக் கோத்திரங்களைக் கொடுப்பேன்.

1 இராஜாக்கள்.11:30,31 "

அதன்படி யெரோபெயாம் சாலோமோனுடைய மரணம் வரை எகிப்திலே இருந்து விட்டு திரும்பி வந்தவுடன் வடபாகத்து பத்து கோத்திரங்களும் இவனை தங்களுக்கு ராஜாவாக்க, இவன், இஸ்ரவேல் இராஜ்ஜியம் எனவும் மற்ற கோத்திரம் யூத ராஜ்ஜியம் எனவும் பிரிக்கப்படுகிறது.

தீர்க்கதரிசனப்படியே இராஜாவானவன் தன் வழியையோ கெடுத்து கொண்டான். சாலமோன் மேல் இருந்த வன்மத்தால் தன்னுடைய ஜனங்கள் ஏன் எருசலேம் தேவாலயத்திற்கு போய் ஆராதிக்க வேண்டும் என்னும் எண்ணத்தோடு ஜனங்களை தடைசெய்ய இரண்டு பொற்கன்று-குட்டிகளை செய்து பெத்தேல் மற்றும் தான் ஆகிய இடங்களில் வைத்து விக்கிரக ஆராதனையை தொடங்கினான்.

அந்த பெத்தேல் பலிபீடத்தில், இவன் பலி செலுத்துகிறபோது தான் தேவனுடைய மனுஷன் ஒருவன் கடந்து வந்து சுமார் (யெரோபேயா-மிற்கும் - யோசியாவிற்கும் இடைபட்ட காலம்) 300 ஆண்டுளுக்கு பின் நடக்க போகிற காரியத்தை யெரோபேயாமிற்கு தீர்க்கதரிசானமாய் உரைக்கிறான். உரைத்து விட்டு அது நடக்கும் என்பதற்கு இன்றே ஒரு அடையாளம் என்னவென்றால் இந்த பலிபீடம் வெடித்து சாம்பல் கொட்-டுண்டு போகும் என்பதை கூறுகிறான். இதை கேட்ட யெரோபெயாம் கோபத்தில் தேவ மனுஷனை பிடியுங்கள் என்று கையை நீட்ட, நீட்டின கை மடக்க கூடாதபடி மரத்து போகிறது. தீர்க்கதரிசி சொன்ன அடை-யாளம் நிறைவேறுகிறது. அப்பொழுது ராஜா தீர்க்கதரிசியை பார்த்து உன் தேவனை நோக்கி விண்ணப்பம் செய்து என் கையை முன்னி-ருந்தது போல சீருக்கு கொண்டு வா என்று சொல்ல தேவ மனுஷன் விண்ணப்பம் செய்து ராஜாவின் கை முன் போய் சொஸ்தமடைகிறது. எல்லாம் சரி தான். உடனே ராஜா சந்தோஷத்தோடு தன்னோடு கூட வீட்டிற்கு வந்து இளைப்பாறு, உனக்கு வெகுமானம் தருகிறேன் என்று அழைக்க, அரண்மனையில் பாதி தந்தால் கூட வேண்டாம் என கூறி கர்த்தருடைய வார்த்தையின்படியே நான் உம்மோடு வருவதும் இல்லை, இந்த ஸ்தலத்திலே அப்பம் புசிப்பதும் இல்லை, தண்ணீர் குடிப்பதும் இல்லை, போன வழியாய் திரும்பவும் மாட்டேன், இது தேவ கட்டளை

என கர்த்தருடைய திட்டத்தை அழகாக கூறினான். பாதை மாறாமல் கடைபிடிக்கிறான். இதுதான் ஆரம்ப ஊழியம். (1 இராஜாக்கள்.13:1-10)

மேற்கூறிய சம்பவத்தையும் இன்றைய ஊழியக்காரருடைய நிலைமைகளையும் சற்று அலசி பார்த்தால் நம்முடைய ஊழியத்தின் பாதையிலே பாதை மாறாமல் ஓடலாம். கர்த்தர் அதற்கு உதவி செய்வாராக, நம்முடைய ஊழிய ஆரம்பமும் பெத்தேலுக்கு வந்த தீர்க்கதரிசியின் ஊழியம் போலத் தான் இருந்தது. போக போக தான் பிரதர் கர்த்தர் உங்களை பார்த்து கேட்கிறார். புத்தியில்லாத ஊழியக்காரரே, விசுவாசிகளே,

> *"3. ஆவியினாலே ஆரம்பம்பண்ணின நீங்கள் இப்பொழுது மாம்சத்தினாலே முடிவுபெறப்போகிறீர்களோ? நீங்கள் இத்தனை புத்தியீனரா?*
>
> *4. இத்தனை பாடுகளையும் வீணாய்ப் பட்டீர்களோ? அவைகள் வீணாய்ப்போயிற்றே.*
>
> *கலாத்தியர்.3:3,4"*

ஆரம்பம் நல்ல ஆரம்பம் தான். முடிவு மாம்சமாய் அல்லவா இருக்கிறது. இதற்காக ஏன் இத்தனை வீனான பாடுகளும், ஓட்டமும்? கொஞ்சம் உங்கள் மனசாட்சியை பார்த்து கேளுங்களேன். தீர்க்கதரிசியும் நம்மை போல ஆரம்பத்தில் எவ்வளவோ தூரம் கடந்து போய் தான் தன் ஊழியத்தை நிறைவேற்றினார். (யூதேயா முதல் பெத்தேல் வரை)

தேவனுடைய வார்த்தையை பெற்றுக் கொண்டு தான் தீர்க்கதரிசனத்தோடு கடந்து சென்றானேயொழிய, இன்றைய தீர்க்கதரிசிகளைப் போல குருட்டு அடி அடிக்கவில்லை. (காக்கா கூட்டத்தில் கண்ணை மூடிவிட்டு சுட்டாலும் ஒரு காக்காயாவது விழுவது போல அல்ல) நம்முடைய ஆரம்பமும் இப்படி தேவ சமூகத்தில் பல நாட்களை செலவிட்டு தான் திட்டமான வார்த்தைகளை பெற்று கடந்து சென்றோம்.

தீர்க்கமாய் இன்னும் 300 ஆண்டுகளுக்கு பின் நடக்க போவதை அன்றே அடையாளத்தோடு தீர்க்கதரிசனத்தை நிறைவேற்றி காட்டின பிற்பாடும் தன்னுடைய பெயரையோ, தீர்க்கதரிசனத்தை நிறைவேற்றி காட்டும் வரம் பெற்றவர் என்றோ தெய்வீக சுகம் அளிப்பவர் என்றோ,

விளம்பரபடுத்தவில்லை. நம்முடைய ஆரம்பமும் இப்படி தான் இருந்தது.

ராஜா தன் கை சீர்பட ஜெபிக்க சொல்லுகிறார். ஜெபித்தான். பூரண சுகம் உண்டானது. அதோடு சரி. சாட்சி சொல்ல வைக்கவில்லை. போட்டோ எடுத்து உடனே பத்திரிகையில் போட வேண்டும் என கூறவில்லை. இனி தொடர்ந்து யூதேயாவில் நான் நடத்தும் கூட்டத்திற்கு தான் வர வேண்டும், இல்லாவிட்டால் மாதம் ஒரு முறை நான் வந்தாவது காணிக்கையை வாங்கிவிட்டு போவேன். வேறு எந்த ஊழியக்காரனையும் வீட்டில் ஏற்றக்கூடாது மீறினால் மீண்டும் கையை முடக்கிவிடுவேன் என்று சொல்லவில்லை. நம்முடைய ஆரம்பமும் இப்படி தானே இருந்தது.

உடனே ராஜா என்னோடு அரண்மனையில் தங்குங்கள் என்று சொல்லி வெகுமானம் தருகிறேன் என வருந்தி அழைத்தப்பிற்பாடு கூட காணிக்கை அல்ல (பரிசு) உங்கள் விருப்பப்படியே உங்களுக்கே என்றாலும் வேண்டாம் எனத் தட்டி விட்டான். நம்முடைய ஆரம்பமும் இதே தான்.

சரி ஒன்றும் வாங்காவிட்டாலும் சாப்பிடவாவது செய்யுங்கள். இல்லை, கர்த்தருடைய வார்த்தையை மீறி எதுவும் செய்ய மாட்டேன். நல்லது. நல்ல ஆரம்பம்... மேற்கூறிய எல்லாம் கர்த்தருடைய வார்த்தையின்படி தான் இருந்தது.

ஆரம்பம் நல்லாதான் இருக்கு பாஸ்டர் எப்படி இப்படி மாறினீங்க?

1. ஆதியில் இருந்த வெளிப்பாடு இல்லை - பிசாசின் தந்திரங்கள் நீங்கள் அறியாதவைகள் அல்லவே. 1 இராஜாக்கள்.13:11

2. வழியை கர்த்தருக்கு ஒப்புவிக்க வேண்டியவர்கள் தம்பட்டம் அடிக்க ஆரம்பித்து விட்டனர். - சத்துருவுக்கு தெரிவித்துவிட்டனர். 1 இராஜாக்கள்.13:12

3. குறைந்த ஒட்டம் - சோர்பு

4. கர்த்தருடைய வார்த்தையை மீறுதல் - வயிறு தான் ஊழியம்.

5. நியாயத்தீர்ப்பு

கண் மறைக்கப்பட்டு பாதை மாறி போன வாலிப தீர்க்கதரிசியை போல நீங்களும் போய் கொண்டிருக்கிறீர்கள். மீண்டும் பாதைக்குள்ளே

வர உங்களுக்கு ஒரு சந்தர்ப்பம். உங்களை கூட்டி சேர்க்க எத்தனையோ தரம் மனதாயிருந்தேன். உள்ளே வாருங்கள். உங்களை பார்த்து தான் தீர்க்கன் எச்சரிக்கிறார், அரணுக்குள் திரும்புங்கள்! என்று. தொடர்ந்து வாசித்து நீங்கள் ஓடிக்கொண்டிருக்கிற எந்த பாதை தவறு என நினைக்கிறீர்களோ அந்த பாதையை சீர்படுத்துங்கப்பா, என தேவ சமூகத்தில் விழுந்துகிடங்கள்.

26

சத்துருவுக்கு வழியை தெரியப்படுத்துகிறீர்கள்

1. வழியை கர்த்தருக்கு ஒப்புவிக்க வேண்டியவர்கள், சத்துருவுக்கு தெரியப்படுத்திவிடுகிறார்கள்.

"7. அப்பொழுது ராஜா தேவனுடைய மனுஷனை நோக்கி: நீ என்னோடேகூட வீட்டுக்கு வந்து இளைப்பாறு; உனக்கு வெகுமானம் தருவேன் என்றான்.

8. தேவனுடைய மனுஷன் ராஜாவை நோக்கி: நீர் எனக்கு உம்முடைய வீட்டில் பாதி கொடுத்தாலும், நான் உம்மோடே வருவதுமில்லை, இந்த ஸ்தலத்தில் அப்பம் புசிப்பதுமில்லை, தண்ணீர் குடிப்பதுமில்லை.

9. ஏனென்றால் நீ அப்பம் புசியாமலும், தண்ணீர் குடியா-மலும், போனவழியாய்த் திரும்பாமலும் இருவென்று கர்த்தர் தம்முடைய வார்த்தையால் எனக்குக் கட்டளையிட்டிருக்கி-றார் என்று சொல்லி,

10. அவன் பெத்தேலுக்கு வந்தவழியாய்த் திரும்பாமல்,

வேறுவழியாய்ப் போய்விட்டான்.

11. கிழவனான ஒரு தீர்க்கதரிசி பெத்தேலிலே குடியிருந்-
தான்; அவன் குமாரர் வந்து தேவனுடைய மனுஷன் அன்-
றையதினம் பெத்தேலிலே செய்த எல்லாச் செய்கைகளை-
யும், அவன் ராஜாவோடே சொன்ன வார்த்தைகளையும்
தங்கள் தகப்பனுக்கு அறிவித்தார்கள்.

12. அப்பொழுது அவர்கள் தகப்பன்: அவன் எந்த வழி
போனான் என்று அவர்களைக் கேட்டான். யூதாவிலிருந்து
வந்த தேவனுடைய மனுஷன் போனவழி இன்னதென்று
அவன் குமாரர் பார்த்திருந்தபடியால்,

1 இராஜாக்கள்.13:7-12 ”

நாம் மேலே வாசித்த வாலிப தீர்க்கதரிசியின் தொடக்க ஊழியம் அபாரம்
தான். இன்றைக்கும் தங்கள் ஊழியங்களிலே மின்னி பிரகாசித்த அநேக
ஊழியர்கள் தடமே இல்லாமல் போயிருக்கிறதை நாம் பார்க்கிறோமல்-
லவா, காரணம் என்ன? கர்த்தர் தனக்காகவும் தன் ஊழியத்திற்காகவும்
கொடுக்கிற திட்டத்தை தனக்குள்ளே வைத்து ஜெபிக்காமல் தன்னை
பற்றி சொல்லி கொண்டே அலைவது.

நான் செய்ய போகிறதை ஆபிரகாமுக்கு மறைப்பேனோ? உன் பரி-
சுத்தத்தையும், உத்தமமதையும் பார்த்து உன் தேவைக்காக உனக்கு
வெளிப்படுத்தப்பட்ட இரகசியத்திற்காக நீ திறப்பில் நின்று போராடுவதை
விட்டு விட்டு சத்துருக்களுக்கு முன்பாக தேவரகசியத்தை வெளிபடுத்தி
கொண்டலைகிறாய்.

இவ்வளவு சரியாக தீர்க்கதரிசனம் சொல்லி தெய்வீக சுகம் கொடுத்-
தீர்களே, ஏன் உங்களை சுற்றி கெர்சிக்கிற, சிங்கத்தை போல நின்ற
கிழட்டு தீர்க்கதரிசியின் ஒற்றர்களை அடையாளம் கண்டு பிடிக்க முடி-
யயவில்லை?

கர்த்தர் உன்னை மேலும் பயன்படுத்துவதற்கு அப்பமும், தண்ணீரும்
புசியாமல் இப்ப செய்தவையல்ல. இதிலும் மகிமையானதை செய்ய
மாற்று வழியில் வரச் சொன்னால் நீயோ சிம்சோனைபோல தெலிளா-
ளின் மடியிலே படுத்து என் தலையில் உள்ள ஜடைகளை மொட்டை-
யாய் சிரைத்து விட்டால் என் பெலன் போய்விடும் என பெலிஸ்தி-

யனுக்கு இரகசியத்தை வெளிப்படுத்தி மகிமையை இழந்து உன்னையும், உன் மகிமையான ஊழியத்தையும் அழித்து விட்டாயே. (நியாயாதிபதி-கள்.16:16-18)

தாவீதைப் போல வழிகளைக்காத்து, துன்மார்க்கன் நமக்கு முன்பாக இருக்குமட்டும் வாயை கடிவாளத்தால் அடக்கி உன் இருதயம் மேலும் அனல் கொள்ள வேதத்தை தியானித்து, தேவனை நோக்கி விண்ணப்பம் செய்தால் நீ தேறுதலடைவாய். (சங்.39:1-3; நீதி.21:23)

சத்துருவின் தடைகளை உடைக்க, எரிகோவை உடைத்து ஜெயம் எடுக்க வேண்டுமானால் கர்த்தர் என்ன சொல்லுகிறாரோ அதன்படி நடந்தால் மட்டும் தான் ஜெயம். எரிகோவை உடைக்க ஆறுநாள் யுத்த புருஷர்கள் பெட்டிக்கு முன்பாக எழு ஆசாரியர்கள் ஏழு கொம்பு எக்-காளங்களை பிடித்து கொண்டு ஆறு நாளும் 1 முறை தான் சுற்ற வேண்டும் என்றால் 1 முறைதான். எங்களுக்கு பெலன் இருக்கிறது ஆகவே 2 முறை எனவும் எக்காளத்தை சும்மா எப்படி கொண்டு போவது ஊதிக் கொண்டேதான் போவோம் என்றாலோ அல்லது ஆறு நாளும் ஊதாமல் ஒரு முறை தானே சுற்றினோம் ஆகவே 7 வது நாளும் எக்காளம் ஊத 'மாட்டோம்' என்றாலும் ஜெயத்தை பார்க்க முடியாது. எனவே உன் ஊழியம் செழிக்க முடிவு பரியந்தம் நிலைக்க, தேவ சமூகத்தில் அமர்ந்து கேளுங்கள். எக்காளம் ஆகிய வாயை எங்கு எப்போது திறப்பது எங்கு மூடுவது என. அப்படியானால் ஜெயம் உனக்கு தான். (யோசுவா.6:1-15)

27

உற்சாகம் இல்லை, சோர்பு

2. உற்சாகம் இல்லை, சோர்பு :

வாலிப தீர்க்கதரிசி தன்னுடைய வழிகளை சத்துருவுக்கு ஒப்புக்கொடுத்ததும் அல்லாமல், தொடர்ந்து தன் வழியே போக வேண்டியவன், இன்னும் எவ்வளவோ மகியையான ஊழியத்தை நிறைவேற்ற வேண்டியவன் கர்வாலி மரத்தின் கீழே உட்கார்ந்து கொண்டிருக்கிறான்.

" 13. அவன் தன் குமாரருடனே: கழுதையின்மேல் சேணம்-வைத்துக் கொடுங்கள் என்றான்; அவர்கள் கழுதையின்மேல் சேணம்வைத்துக் கொடுத்தபின், அவன் அதின்மேல் ஏறி,

14. தேவனுடைய மனுஷனைத் தொடர்ந்துபோய், ஒரு கர்-வாலி மரத்தின்கீழ் உட்கார்ந்திருக்கிற அவனைக் கண்டு:

யூதாவிலிருந்து வந்த தேவனுடைய மனுஷன் நீர்தானா என்று அவனைக் கேட்டதற்கு; அவன், நான் தான் என்றான்.

1 இராஜாக்கள்.13:13,14 ”

அபிஷேகத்தை பெற்ற நீ, சோர்ந்து போகாமல் கவிசேஷத்திற்காய் ஓட வேண்டும். கர்த்தரால் அழைக்கப்பட்ட நீ, கர்த்தருடைய சேனையில் சேவகனாய் ஓட்டத்தை ஆரம்பித்த நீ, கர்வாலிக்கு கீழே உட்கார்ந்து கொண்டிருக்கிறாயோ?

"26. அவர் தூரத்திலுள்ள ஜாதியாருக்கு ஒரு கொடியை ஏற்றி, அவர்களைப் பூமியின் கடையாந்தரங்களிலிருந்து பயில்காட்டி அழைப்பார்; அப்பொழுது அவர்கள் தீவிரமும் வேகமுமாய் வருவார்கள்.

27. அவர்களில் விடாய்த்தவனும் இடறுகிறவனும் இல்லை; தூங்குகிறவனும் உறங்குகிறவனும் இல்லை; அவர்களில் ஒருவனுடைய இடுப்பின் கச்சை அவிழ்வதும், பாதரட்சைகளின் வார் அறுந்துபோவதும் இல்லை.

28. அவர்கள் அம்புகள் கூர்மையும், அவர்கள் வில்லுக-ளெல்லாம் நாணேற்றினவைகளும், அவர்கள் குதிரைகளின் குளம்புகள் கற்பாறையாக எண்ணப்பட்டவைகளும், அவர்-கள் உருளைகள் சுழல்காற்றுக்கு ஒத்தவைகளுமாயிருக்கும்.

29. அவர்கள் கெர்ச்சிப்பு சிங்கத்தின் கெர்ச்சிப்புபோலி-ருக்கிறது; பாலசிங்கங்களைப்போலக் கெர்ச்சித்து, உறுமி, இரையைப் பிடித்து தப்புவிக்கிறவன் இல்லாமல், அதை எடுத்துக்கொண்டு போய்விடுவார்கள்.

ஏசாயா.5:26-29 ”

மேல உள்ள வசனத்தை வாசித்து பாருங்கள், கர்த்தர் பயில் காட்டி அழைத்து அவரோடு வருகிறவர்கள் எப்படி இருப்பார்கள் என தீர்க்கத-ரிசி வர்ணிக்கிறார் என்று,

தீவிரமாயும், வேகமாயும் வருவார்கள்

விடாய்த்தவனும் இடறுகிறவனும் இல்லை
தூங்குகிறவனும் உறங்குகிறவனும் இல்லை பெலமான இடைகச்சை
உறுதியான மிதியடி
கூர்மையான அம்பு
ஆயத்தமான வில்லு (எதிரியை தாக்க)
கற்பாறையை போன்ற நெஞ்சுறுதி
சிங்கத்தை போன்ற கர்ச்சனை

இப்படிப்பட்ட துடிப்பும், தீவிரமும் இல்லாவிட்டால் நீ எப்படி சத்-துருவுக்கு உன்னை தப்புவிக்க முடியும். கர்வாலிமரம் தான் தஞ்சம் என உட்கார்ந்து தூங்கினால் நீ தேவனுடைய ஊழியத்திற்கும், சேனைக்-குமே இழுக்கு தான். சூரை செடியும். ஆமணக்கும் உன்னை நித்தியம் கொண்டு செல்லாது.

நடந்தது என்ன வாலிப தீர்க்கதரிசியின் வழியையும் சிந்தனையையும் அறிந்து பிசாசுகளின் தலைவனாகிய கிழட்டு தீர்க்கதரிசி உஜார் ஆகி-விட்டான். (வெளிப்படுத்தின விஷேசம்.12:12)

பிசாசானவன் தனக்கு கொஞ்சகாலமே எனத் தெளிவாய் தெரிந்து அதற்குள் தன் சேனைக்கு ஆட்களை சேர்க்க உன்னிலும் வேகமாய் ஓடி, உட்கார்ந்திருக்கிற உன்னை தன்னுடைய சேனையிலே சேர்த்து-விட்டான். நீயும் நரகத்தின் மகனாய் மாறிவிட்டாய்.

உங்களை பார்த்து தான் இயேசு கேட்கிறார். மாயக்காரரே, காற்றும் மழையும் உண்டாகும் என்று கணித்து ஊழியத்தை தடை பண்ணி, தூங்-கத் தெரியும் உங்களுக்கு காலங்களை நிதானிகக் தெரியாதா? பிசாசின் தந்திரங்களை அறிய தெரியாதா? (மத்தேயு.16:2-4)

இந்தப்பாடல் உங்களுக்காகத்தான். விசுவாசிக்கு என்று நினைக்க வேண்டாம். எனவே தான் பவுல் சொல்லுகிறார் நல்ல போராட்டத்தை போராடினேன். ஓட்டத்தை முடித்தேன். நீதியின் கிரீடம் எனக்காக, இடையில் முடித்தால் பிசாசுக்கும் அவனால் மோசம் போகிறவர்களுக்-கும் ஆயத்தம் செய்யப்பட்ட அக்கினி தான். யோசித்து ஓடுங்கள்.

(வெளிப்படுத்தின விசேஷம்.20:10)

நான் ஒரே ஒரு காரியத்தை கூறி விட்டு முடிக்க விரும்புகிறேன். தகப்பனாகிய தாவீதின் இராஜ்ஜிய பாரத்தை பிடித்து தகப்பன் காட்டிலே உயிருக்கு பயந்து ஒளித்திருக்க சொகுசாக சிங்காசனத்தில் உட்கார்ந்திருந்தான் அப்சலோம். இப்போது தாவிதின் படையும், அப்சலோமின் படையும் யுத்தத்தில் மோத, யுத்தத்தை பார்க்க கோவேறு கழுதையில் வந்த அப்சலேசுமோ கர்வாலி மரத்தில் சிக்கி மரணமடைகிறான். தாவீதுக்கு மகனாய் இருந்தாலும் கர்த்தருக்கு சித்தமில்லாததை செய்தால் எதிரிதானே.

யோவாபோ இராஜாவிற்கு பயந்து இது துர்செய்தி என எண்ணி, அகிமாஸ் நற்செய்தி மட்டும் தான் கொண்டு போக வேண்டும். ஆகவே அகிமாஸ் இருக்கட்டும் கூஷியாகிய நீ ஓடி போய் இராஜாவிற்கு அறிவி என்றான். ஒரே ஒரு காரியத்தை மட்டும் விளங்கி கொள்ளுங்கள். நீ உண்மையான ஊழியக்காரனாய் இருந்தால் நீ யோவாபின் சிந்தைபடி பார்க்கமாட்டாய். உலகத்தின்படி பார்க்கமாட்டாய். ஆவிக்குரிய வெளிச்சத்தில் பார்ப்பாய், அகிமாஸால் இருக்க முடியவில்லை. அவனுக்குள் இருந்த அந்த வேகமும், வெளிப்படும் முந்தி புறப்பட்ட கூஷியை உதறி தள்ளி விட்டு வேகமாய் ஓடி செய்தியை அறிவித்து விட்டான். ஓடுங்கள் அகிமாஸைப் போல்! (1 சாமுவேல்.19:22,23,28)

இப்படி நீ அகிமாஸை போல ஓடுகிறவனாய் இருக்க வேண்டும் என கர்த்தர் எதிர்பார்க்கிறார். யோவாப் தடுக்கலாம். உனக்கு முன்னே கூஷி ஓடிக்கொண்டிருக்கலாம். நீ விரும்பினால் ஆவியானவர் உனக்குள் இருந்தால் நீ தான் முதல் ஆள். தூங்குகிற நீங்கள் மரிந்தோரை விட்டு எழும்பு கர்த்தருடைய பிரகாசத்தில் ஓடுங்கள். பிலிப்பை ஓடிப்போய் ரதத்தில் சேர்த்த ஆவியானவர் உங்கள் ஓட்டத்தையும் நிறைவாக்கட்டும் (அப்போஸ்தலர்.8:29,30)

28

மன்னாவை, மனுஷனுக்கு விற்று போட்டாய்

<hr>

3.   அழிவில்லாத   தேவ   மகிமையாகிய வார்த்தையை   அழிவுள்ள   மனுஷனுக்கு விற்று போட்டாய்

"15. அப்பொழுது அவனை நோக்கி: என்னோடே வீட்-டுக்கு வந்து அப்பம் புசியும் என்றான்.

16. அதற்கு அவன்: நான் உம்மோடே திரும்பவும் உம்-மோடே உள்ளே போகவுமாட்டேன்; இந்த ஸ்தலத்திலே உம்-மோடே நான் அப்பம் புசிக்கவும் தண்ணீர் குடிக்கவுமாட்-டேன்.

17. ஏனென்றால் நீ அப்பம் புசியாமலும், அங்கே தண்ணீர் குடியாமலும், நீ போனவழியாய்த் திரும்பிவராமலும் இரு என்று கர்த்தருடைய வார்த்தை எனக்கு உண்டாயிருக்கிறது

என்றான்.

18. அதற்கு அவன்: உம்மைப்போல நானும் தீர்க்கதரி-
சிதான்; அவன் அப்பம் புசித்துத் தண்ணீர் குடிக்க, நீ
அவனைத் திருப்பி, உன் வீட்டுக்கு அழைத்துக்கொண்டுவா
என்று ஒரு தூதன் கர்த்தருடைய வார்த்தையாக என்-
னோடே சொன்னான் என்று அவனிடத்தில் பொய் சொன்-
னான்.

19. அப்பொழுது அவன் இவனோடே திரும்பிப் போய்,
இவன் வீட்டிலே அப்பம் புசித்துத் தண்ணீர் குடித்தான்.

1 இராஜாக்கள்.13:15-19 ”

நான் கூறிக்கொண்டே வருகிற ஒவ்வொன்றும் உன்னுடைய ஊழியத்தை
கெடுத்து உன்னை முடிவிலே நரக அக்கினிக்கு தள்ளுகிற சருக்கலான
படிதான். இங்கே பாருங்கள். ஆதியில் இருந்த வெளிப்பாடு இந்த
வாலிப தீர்க்கதரிசிக்கு இல்லை,

(காண்க: ஓசியா.9:7,8, எசேக்கியேல்:12:24, எரேமியா.2:8 எரே-
மியா.6:14, 14:14 23:10,11; 23:10,11,14-16,31 புலம்பல்.2:14) தீர்க்கத-
ரிசியின் நிலைமையை குறித்து கர்த்தர் தீர்க்கதரிசியின் மூலமாய் எழு-
திய வசனங்களை பாருங்கள். எனவே தீர்க்கதரிசிகளே, உங்களுடைய
பழைய வரத்தை நம்பி, அபிஷேகத்தை நம்பி, சிம்சோனே பெலிஸ்தியர்
வந்து விட்டார்கள் என்று சொன்னதும் எப்போதும் போல உதறிவிட்டு
எழும்பி போவேன் என நினைக்க வேண்டாம். (நியாதிபதிகள்.16:20)

உங்கள் அபிஷேகம் உங்களை விட்டு எடுக்கப்பட்டு, மொட்டைய-
டிக்கப்பட்டு, குறிசொல்லுகிற ஆவிதான் உங்களை நடத்தி கொண்டிருக்-
கிறது. கொஞ்சம் சோதித்து பாருங்கள்.

வாலிப தீர்க்கதரிசி நல்ல வெளிப்பாடோடு தான் கடந்து வந்தான்.
நல்ல தீர்மானங்களை தான் எடுத்தான். ஆனால்போகும் வழியில் தான்
அவன் வெளிப்பாட்டை இழந்து போகிறான். இன்னும் 300 ஆண்டிற்கு
பிறகு நடக்க போகும் காரியத்தையும் அந்த ராஜாவின் பெயர் யோசியா
என்றும் பிற்கால தரிசனத்தை திட்டமாய் வெளிப்படுத்திய உனக்கு ஏன்
இவ்வளவு குறுகிய நேரத்திற்குள் கிழட்டு தீர்க்கனின் காரியத்தை குறித்த
வெளிபாடு இல்லாமற்போய் விட்டது. காரணம் என்ன தெரியுமா?

• 122 •

1. தேவனை விட பிசாசாகிய கிழட்டு தீர்க்கதரிசிக்கு முக்கியத்துவம்

2. தேவனுடைய வார்த்தையை விட மனுஷனுடைய வார்த்தைக்கு முக்கியத்துவம்

3. தேவனுக்கும், தேவ வார்த்தைக்கும் கீழ்ப்படிவதை விட்டு விட்டு பிசாசின் தந்திரங்களை அறியாமல் குருட்டாட்டம்

4. தேவனுடைய வார்த்தையாகிய மன்னாவை உட்கொள்வதற்கு பதிலாய் பிசாசின் பந்தியின் மேல் கண். (இச்சை, காமவிகாரம், விபச்சாரம், வேசித்தனம், பொருளாசை)

5. தேவனை விட மனுஷனுக்கும் அதிக முக்கியத்தும் - விக்கிரக ஆராதனை

இன்றைக்கும் ஊழியக்காரர் மத்தியில் நடந்து கொண்டிருக்கும் சீர்-கேடு, அரசியல்வாதிகளையும், சினிமாக்காரர்களையும், ஐசுவரியவா-னையும், உலகத்துக்குரியவனுக்கும் பின்னால் கைகட்டி அலையும் ஊழி-யம் தான். எலியாவை போல, எலிசாவை போல ஆவிக்குரிய தைரி-யமில்லாமை. மத நல்லிணக்க தலைமை தாங்கல், எம்மதமும் சம்மதம், இப்படிப்பட்ட குருட்டாட்டம், பதவிக்காகவும், காசுக்காகவும் இறுதியாக ஏசா பயிற்றின் கூழுக்காக சேஷ்ட புத்திரபாகத்தையே இழந்தது போல மகிமையான ஊழியத்தையே இழந்து ஆவிக்குரிய மற்றும் சரீர மரணம்.

29

நியாயத்தீர்ப்பு

"23. அவன் போஜனபானம்பண்ணி முடிந்தபின்பு, அந்தத் தீர்க்கதரிசியைத் திருப்பிக்கொண்டு வந்தவன் அவனுக்குக் கழுதையின்மேல் சேணம்வைத்துக் கொடுத்தான்.

24. அவன் போனபிற்பாடு வழியிலே ஒரு சிங்கம் அவனுக்கு எதிர்ப்பட்டு அவனைக் கொன்றுபோட்டது; அவன் பிரேதம் வழியிலே கிடந்தது; கழுதை அதினண்டையிலே நின்றது; சிங்கமும் பிரேதத்தண்டையிலே நின்றது.

25. அந்த வழியே கடந்துவருகிற மனுஷர், வழியிலே கிடக்கிற பிரேதத்தையும், பிரேதத்தண்டையிலே நிற்கிற சிங்கத்தையும் கண்டு, கிழவனான தீர்க்கதரிசி குடியிருந்த பட்டணத்திலே வந்து சொன்னார்கள்.

26. அவனை வழியிலிருந்து திரும்பப்பண்ணின தீர்க்கதரிசி அதைக் கேட்டபோது, அவன் கர்த்தருடைய வாக்கை மீறின தேவனுடைய மனுஷன்தான், கர்த்தர் அவனுக்குச் சொன்ன வார்த்தையின்படியே, கர்த்தர் அவனை ஒரு சிங்கத்திற்கு ஒப்புக்கொடுத்தார்; அது அவனை முறித்துக் கொன்றுபோட்டது என்று சொல்லி,

27. தன் குமாரரை நோக்கி: எனக்குக் கழுதையின்மேல் சேணம்வைத்துக் கொடுங்கள் என்றான்; அவர்கள் சேணம்

வைத்துக் கொடுத்தார்கள்.

28. அப்பொழுது அவன் போய், வழியிலே கிடக்கிற அவன் பிரேதத்தையும், பிரேதத்தண்டையிலே கழுதையும் சிங்கமும் நிற்கிறதையும் கண்டான்; அந்தச் சிங்கம் பிரேதத்தைத் தின்னவுமில்லை, கழுதையை முறித்துப்போடவுமில்லை.

29. அப்பொழுது கிழவனான அந்தத் தீர்க்கதரிசி தேவனு-டைய மனுஷனின் பிரேதத்தை எடுத்து, அதைக் கழு-தையின்மேல் வைத்து, அதற்காகத் துக்கங்கொண்டாடவும் அதை அடக்கம்பண்ணவும், அதைத் தன் பட்டணத்திற்குக் கொண்டுவந்து,

1 இராஜாக்கள்.13:23-29 "

இது சற்று ஆழமாய் சிந்திக்க வேண்டிய விஷயம். மேலே கூறிய பகு-தியை சற்று நிதானமாய் நிறுத்தி படியுங்கள். இதை நியாயத்தீர்ப்பிற்கு நிழலாட்டமாய் தேவன் எழுதிவைத்திருக்கிறார். இதை வாசித்துக் கொண்டிருக்கும் அன்பு பிள்ளைகளே,

உங்களுடைய வாழ்க்கையிலும், நீங்கள் மின்னி பிரகாசித்து நட்சத்-திரங்களாய் ஜீவாலித்து இருண்டு போவிர்களானால் முடிவு இதுதான். எனவே தான் வேதம் சொல்லுகிறது. எவனிடத்தில் அதிகமாய் கொடுக்-கப்பட்டதோ அவனிடத்தில் அதிகமாய் கேட்கவும்படும். பெரிய ஊழி-யத்தை செய்துக் கொண்டிருக்கிறீர்களா, ஒரு Mega Crusade நடத்த 10 லட்சம் எதிர்பார்க்கிறீர்களா, கோடி கணக்கில் பணத்தை முடக்கி மண்டபத்தை கட்டுகிறீர்களா, இதோ உங்களை தொடர்ந்து தான் நியா-யத்தீர்ப்பு வந்துக் கொண்டிருக்கிறது. வாலிப தீர்க்கதரிசியும் உங்களை போல ராஜாவிற்கு தீர்க்கதரிசனம் சொல்லி, இராஜாவின் கையையே முடக்கி, தெய்வீக சுகத்தை கொடுத்தவர் தான், அவருடைய நிலையை தொடர்ந்து வாசியுங்கள். (காண்க: 2 கொரிந்தியர்.5:10; சங்கீ-தம்.119:52.75; ரோமர்.2:16; 1பேதுரு.1:17; யூதா:14,15 வெளிப்படுத்தின விசேஷம்.20:12).

வேதம் சொல்லுகிறது,

"சாத்தானாலே நாம் மோசம்போகாதபடிக்கு அப்படிச் செய்தேன்; அவனுடைய தந்திரங்கள் நமக்குத் தெரியாத-வைகள் அல்லவே.

2 கொரிந்தியார்.2:11"

எனவே தான் அப்போஸ்தலனாகிய பவுல் எபேசு சபைக்கு இவ்விதமாய் ஆலோசனை சொல்லுகிறார். கடைசியாக, என் சகோதரரே, கர்த்தரிலும் அவருடைய கர்த்தத்துவத்தின் வல்லமையிலும் பலப்படுங்கள். தொடர்ந்து மேலே ஆறிய எபேசியர்.6:11-18 வரையிலான ஆலோசனைப்படி நாம் நம்முடைய வாழ்க்கையை கிறிஸ்துவுக்காக, கவிசேஷத்திற்காய் நம்மி-டத்தில் ஒப்புவிக்கப்பட்டுள்ள அந்த நற்பொருளை காத்துக் கொள்ளா-விட்டால் நம்முடைய முடிவும் பரிதாபம் தான்.

தன்னுடைய வாழ்க்கையை காத்துக் கொள்ளாத வாலிப தீர்க்கதரிசி கர்த்தருடைய வார்த்தைக்கு கீழ்படியாமல் எதிர்த்து போனபடியினால் வழியிலே ஒரு சிங்கம் அவனை கொன்றுபோட்டது. அந்த வழியிலே கடந்து வந்த மனிதர், வழியிலே அவனுடைய பிரேதத்தையும், சிங்-கத்தையும் கண்டு கிழட்டு தீர்க்கதரிசிக்கு அறிவிக்கின்றனர். அதற்கு கிழட்டு தீர்க்கதரிசி மிகவும் தெளிவான பதிலை கூறுகிறார். ஆவிக்குரிய ரகசியம் உனக்கும் எனக்கும் இன்று மறைக்கப்பட்டு விட்டது. ஆனால் சத்துரு சொல்லுகிறான். (அவனை வழிவிலக செய்தவன் கிழட்டு தீர்க்-கதரிசி) அவன் கர்த்தருடைய வாக்கை மீறின தேவனுடைய மனுஷன் தான், கர்த்தர் அவனுக்கு சொன்ன வார்த்தையின்படியே சிங்கத்திற்கு ஒப்புக்கொடுத்தார். அது அவனை முறித்துப்போட்டது (1 இராஜாக்-கள்.13:26)

எனக்கன்பானவர்களே, இன்றைக்கு நம்மில் அநேகருடைய ஆவிக்-குரிய நிலை இப்படித்தான் உள்ளது. பிசாசுக்கு கீழ்படிந்து மரித்த நிலை-மையில் தான் கிடக்கிறோம். ஆனால் நமக்கோ, ஏன் நான் இப்படி இருக்கிறேன் என தெரியாமல் ஜடங்களாகவே கிடக்கிறோம். ஆனால் பிசாசு உன்னை குறித்து சொல்லுகிற வார்த்தை என்ன தெரியுமா? வாலிப தீர்க்கனுக்கு சொன்ன வார்த்தை தான், அவன் ஜடமாய், பிண-மாய் கிடக்க வேண்டியவன் தான். ஏனென்றால் அவன் தான் கர்த்த-ருக்கு விரோதமாய் பாவம் செய்தவன் தானே என்று. சற்று உங்களையே

ஆராய்ந்து பாருங்கள். நீங்கள் உயிரோடி இருக்கிறீர்களா அல்லது நடை பிணமா?

யாருக்கு நியாத்தீர்ப்பு?

"14. ஆதாமுக்கு ஏழாந்தலைமுறையான ஏனோக்கும் இவர்களைக்குறித்து: இதோ, எல்லாருக்கும் நியாயத்தீர்ப்புக் கொடுக்கிறதற்கும், அவர்களில் அவபக்தியுள்ளவர்கள் யாவரும் அவபக்தியாய்ச் செய்துவந்த சகல அவபக்தியான கிரியைகளினிமித்தமும்,

15. தமக்கு விரோதமாய் அவபக்தியுள்ள பாவிகள் பேசின கடின வார்த்தைகளெல்லாவற்றினிமித்தமும், அவர்களைக் கண்டிக்கிறதற்கும், ஆயிரமாயிரமான தமது பரிசுத்தவான்க-ளோடுங்கூட கர்த்தர் வருகிறார் என்று முன்னறிவித்தான்.

யூதா.1:14,15 "

மீண்டும் யூதா அப்போஸ்தலன் 14,15 வசனங்களை வாசித்து பாருங்கள். பழைய ஏற்பாடு பக்தனாகிய ஏனோக்கு தேவனோடு வாழ்ந்து மரணத்தை காணாதபடி எடுத்து கொள்ளப்பட்டான். கர்த்தருடைய வார்த்தையையும், உன் அவபக்தியையும் குறித்து கண்டித்து சொல்லுவதை கவனியுங்கள்.

கர்த்தர், உங்களுக்கு கொடுத்த வார்த்தைகளிலே ஒன்றையாகிலும் தரையில் விழுந்து போகவிடாதவர் (1 சாமுவேல்.3:19). நீங்கள் அவர் கொடுத்த வார்த்தையை பாதுகாத்து நடக்காவிட்டால் நீங்கள் நியாயத்-தீர்ப்புக்கு பாத்திரன் தானே? பாவத்தின் சம்பளம் மரணம் தானே!

தேவனாகிய கர்த்தர் தம்முடைய வார்த்தையை உனக்காக வேதத்-திலே திட்டமாய் எழுதி கொடுத்துவிட்டார். சொன்னால் கூட வாலிப தீர்க்கதரிசியை போல கரிசனை இல்லாமல், கீழ்ப்படியாமல் போய்வி-டுவார்கள் எனவே வேதத்திலே பிரமாணமாய் எழுதி உன் கையிலே கொடுத்திருக்கிறார். எனவே சங்கீதக்காரன் இவ்விதமாய் உன்னை குறித்து பரிதபிக்கிறான்.

உம்முடைய வேதத்தை மனுஷர் காத்து நடவாதப்படியால், என் கண்களிலிருந்து நீர்த்தாரைகள் ஓடுகிறது. (சங்கீதம்.119:136). வாலிப தீர்க்கத்தரிசியின் சாவில் இருந்து தேவனுடைய நியாயத்தீர்ப்பை குறித்து எழுதி முடிக்க விரும்புகிறேன்.

1 இராஜாக்கள்.13:24,25 சொல்லுகிறது, அவன் போன பிற்பாடு கர்த்தருடைய வார்த்தையை காத்து கொள்ளாமல், வேண்டாம் என்று விலக்கின கனியை புசித்து தேவ பிரசன்னத்தை இழந்து தவித்த ஆதி பெற்றோரை போல நீ புசிக்கவும், குடிக்கவும் வேண்டாம், என்ற கட்-டளையை காத்துக் கொள்ள முடியாமல் புசித்து விட்டு போனவுடனே ஒரு நியாயத்தீர்ப்பு. தேவன் இந்த 1 இராஜாக்கள்.13 ஆம் அதிகாரத்தை வைத்திருக்கிற மேலான நோக்கம், நீயும் இப்படிபட்ட நியாயத்தீர்ப்புக்கு தப்ப வேண்டும் என்பதற்காகவே. இதிலே 3 நபர்களை உங்களுக்கு தெளிவுபடுத்தி காட்ட விரும்புகிறேன்.

> " 1. சிங்கம் - யூதா கோகத்திரத்து ராஜ சிங்கம்
> 2. பிணம் - ராஜாவின் கோபத்திற்கு பலியான
>   பாவியின் பிணம்
> 3. கழுதை - நீதிமான் "

இதன் அர்த்தத்தை அறிந்துக்கொள்ள, தொடந்து வாசியுங்கள்.

30

சிங்கம்

யார் இந்த சிங்கம்? உன்னுடைய வாழ்க்கையிலே இப்படிப்பட்ட சிங்கம் எத்தனையோ முறை குறுக்கிட்டும் நீ உணராதிருக்கிறாயோ? அநேகர் நினைத்துக் கொண்டிருக்கலாம். பிசாசு தான், சிங்கம் என்று. ஆனால் அப்படியல்ல. அவன் சிங்கம் அல்ல, சிங்கம் போல நடிக்கிறவன் தான். ஆனால் யார் இந்த சிங்கம் தெரியுமா?

"தெளிந்த புத்தியுள்ளவர்களாயிருங்கள், விழித்திருங்கள்; ஏனெனில், உங்கள் எதிராளியாகிய பிசாசானவன் கெர்ச்-சிக்கிற சிங்கம்போல் எவனை விழுங்கலாமோ என்று வகை-தேடிச் சுற்றித்திரிகிறான்.

1 பேதுரு.5:8"

"அப்பொழுது மூப்பர்களில் ஒருவன் என்னை நோக்கி: நீ அழவேண்டாம்; இதோ, யூதா கோத்திரத்துச் சிங்கமும் தாவீதின் வேருமானவர் புஸ்தகத்தைத் திறக்கவும் அதின் ஏழு முத்திரைகளையும் உடைக்கவும் ஜெயங்கொண்டிருக்கி-றார் என்றான்.

வெளிப்படுத்தின விசேஷம்.5:5"

எனவே சத்துரு சிங்கத்தைப் போல நடிப்பவன், கர்சிப்பவன் ஆனால் நம்முடைய ராஜாதி ராஜாவோ, கர்த்தாதி கர்த்தாவோ, யூதா கோத்திரத்தின் சிங்கமாகும். அவர் யாருக்கு சிங்கம். பாவிகள் மேல் சிங்கமாய் சீறி பாய்வார். நீதிமானுக்கோ பனியை போல் இருப்பார். ஒரு நாணயத்தில் இருக்கும் இரு பக்கங்கள் போல, ஒரு கொடிய சிங்கம், மறுபக்கம் மென்மையான பனி, பாவியை, கீழ்ப்படியாதவனை வாலிப தீர்க்கதரிசியை முறித்தது போல் முறிப்பார். நீதிமான் மேலேயோ எர்மோன் மலைமேல் இறங்கும் பனியை போல் தயை பாராட்டுவார்.

"ராஜாவின் கோபம் சிங்கத்தின் கெர்ச்சிப்புக்குச் சமானம்; அவனுடைய தயை புல்லின்மேல் பெய்யும் பனிபோலிருக்கும்.

நீதிமொழிகள்.19:12"

எனவே தான் தொடர்ந்து ஞானி சொல்லுகிறார். ராஜாவை கோபப்படுத்திவிடாதீர்கள்.

தொடர்ந்து எசேக்கியா ராஜாவின் வாழ்க்கையிலே, கர்த்தர் மேல் நம்பிக்கை வைத்து காரியத்தை செய்து முடித்ததில் அவனுக்கு நிகர் அவன் தான். அவன் வியாதிப்பட்டு, தீர்க்கதரிசியினால் தன் வீட்டு காரியத்தை ஒழுங்கு செய்துவிட்டு ஓட்டத்தை முடிக்க கட்டளை பெற்றவர். அந்த சிங்கத்தை குறித்த வெளிப்பாடு அவனை புலம்ப வைக்கிறது. அவரை பார்த்து பூத்து போன கண்களோடு காரியத்தை அவர் கையில் கொடுத்துவிட்டு பூரித்து போன இதயத்தோடு கடந்து வருகிறான்.

"13. விடியற்காலமட்டும் நான் எண்ணமிட்டுக்கொண்டிருந்தேன்; அவர் சிங்கம்போல என் எலும்புகளையெல்லாம் நொறுக்குவார்; இன்று இரவுக்குள்ளே என்னை முடிவடையப்பண்ணுவீர் என்று சொல்லி,

14. நாரைட்டைப்போலும், தகைவிலான் குருவியைப்போலும் கூவினேன், புறாவைப்போல் புலம்பினேன்; என் கண்கள் உயரப் பார்க்கிறதினால் பூத்துப்போயின; கர்த்தாவே, ஒடுங்கிப்போகிறேன்; என் காரியத்தை மேற்போட்டுக்கொள்ளும்

என்றேன்.

ஏசாயா.38:13,14"

இந்த சிங்கம் தம்மை நோக்கி அபயம் இடுகிறவர்களை இரட்சிக்கிற சிங்கம். தூரமாய் போகிறவர்களையோ, முறிக்கிற சிங்கம். எனவே தான் எரேமியா தீர்க்கதரிசி மேய்ப்பர்களை பார்த்தும், பிரஸ்தாபான மந்தை-யின் ஆடுகளை பார்த்தும் சொல்லுகிறார், உங்களை அவர் நியாயந்-தீர்க்க பதிவிருந்து புறப்படும் சிங்கத்தைப் போலிருப்பார். மேய்ப்பர்களே பிரஸ்தாபமானவர்களே, நீங்கள் ஓடி தப்பித்து கொள்வதற்கும் சாத்திய-மில்லை. எப்படி வாலிப தீர்க்கதரிசி பாதையிலே பிணமாய் கிடந்தானோ அப்படியே பூமியின் ஒரு முனைத் தொடங்கி மறுமுனைமட்டும் (சிங்கத்-தால்) கர்த்தரால் கொலையுண்டவர்களாக கிடப்பார்கள். அவர்களுக்காக புலம்பவும், அவர்களை சேர்க்கவும், அவர்கள் உடல் அடக்கம் பண்-ணப்டாமலும், பூமிக்கு எருவாவார்கள். இன்றைக்கே வார்த்தைக்கு கீழ்-படியுங்கள் (எரேமியா.25:33-38).

ஒரு வேனை நீ கர்த்தரோடிருந்தால், யெரோபெயாம் கூட உன்னை தன்னோடு விருந்துக்கு அழைப்பான். அரண்மனையை கூட வெகும-தியாய் தர விரும்புவான். ஆனால் நீ கர்த்தரை விட்டு பின் வாங்கி அவருடைய கோபத்தில் அடிக்கப்பட்டு மகிமையை இழந்து பிணமாய் யெரோபெயாமின் வாசலில், தெருவில் கிடந்தால் கூட உனக்காக புலம்-பவும் அடக்கம் பண்ணவும், பிதாவின் கல்லறையில் சேர்க்கவும் ஆள் இருக்காது. நீ கர்த்தரோடு இருக்கும் வரை தான் உனக்கு மகிமை. தொடர்ந்து ஓசியா தீர்க்கதரிசியை கொண்டு கர்த்தர் மந்தைக்கு சொல்-லுகிறதாவது. தங்களுக்கு இருந்த மேய்ச்சலினால் திருப்தியானவர்கள். திருப்தியானபின்பு, அவர்கள் இருதயம் மேட்டிமையாயிற்று. அதினால் என்னை மறந்தார்கள்.

> "6. தங்களுக்கு இருந்த மேய்ச்சலினால் திருப்தியானார்-
> கள்; திருப்தியானபின்பு அவர்கள் இருதயம் மேட்டிமையா-
> யிற்று; அதினால் என்னை மறந்தார்கள்.
> 7. ஆகையால் நான் அவர்களுக்குச் சிங்கத்தைப்போல்
> இருப்பேன்; சிவிங்கியைப்போல் வழியருகே பதிவிருப்பேன்.

ஓசியா.13:6-8"

மேற்கூறிய ஓசியா தீர்க்கனின் கோபத்தின் உச்சக்கட்டம், எல்லாருக்கும் தான். நல்ல மேய்ச்சலை கண்ட நீ அமர்ந்த தண்ணீரை கண்ட நீ உன்னுடைய தற்போதைய லௌகிக இன்பத்தில் லகித்து சுகித்து திருப்தியடைந்து உன் இருதயத்தில் மேட்டிமையாகி கர்த்தரை மறந்து விட்டால், யாராயிருந்தாலும் இந்த பகுதியை மறந்து விடாதிருங்கள்.

அப்படிப்பட்டவர்களுக்கு கர்த்தர் சொல்லுகிறார், நான் உங்களுக்காக சிங்கத்தைப் போல் பதிவிருப்பேன். மேய்ப்பர்களுக்கு தானே என பெருமூச்சு விட்டு கொண்டிருக்கிற யாராய் இருந்தாலும் சரி, நீ போக்குச் சொல்ல இடமில்லை.

தப்பவே முடியாது, தொடர்ந்து தீர்க்கன் உன்னைப் பார்த்து தான் சொல்லுகிறார். குட்டிகளை பறிக்கொடுத்த கரடியை போல உன்னை எதிர்த்து உன் ஈரக்குலையை கிழித்து சிங்கம் பட்சிக்கிறது போல் பட்சித்து போடுவேன் என்று. எனக்கருமையானவர்களே, இப்படிப்பட்ட நியாயத்திர்பிர்கு நீங்கள் தப்புவிக்கப்பட வேண்டுமா? இஸ்ரவேலே நீ உனக்கு கேடுண்டாக்கி கொண்டாய். ஆனாலும் என்னிடத்தில் உனக்கு சகாயம் உண்டு. (ஓசியா.13:9; 1 இராஜாக்கள்.13:28)

மேற்படி வசனத்தை வாசித்து பாருங்கள். இந்த சிங்கம் தனக்கு இரைக்காகவோ அல்லது தனது குட்டிகளின் பசிக்காகவோ, இந்த வாலிப தீர்க்கனை அடித்து கொல்லவில்லை. அப்படியானால் கழுதை தைரியமாய் சிங்கத்திற்கு முன்பாக நிற்க முடியாது. மேலும் அந்த சிங்கம் அடித்து கொன்ற பாவிக்கு முன்பாகவும் கழுதைக்கு முன்பாகவும் நின்று, வழியே போய் கொண்டிருக்கிற ஜனங்களுக்கு வழிவிலகுகிறவனுடைய முடிவை பாருங்கள் என்று உணர்த்தி கொண்டிருக்கிறது. கர்த்தருடைய நீதியையும், நியாயத்தீர்ப்பையும் அதன் மூலம் அடையப் போகும் ஆக்கினைகளையும் அற்பமாய் எண்ணி பரிகசித்து கொண்டிருக்கிற சகோதரா சகோதரி உனக்காக தான் இந்த நிழலாட்டமான நியாத்தீர்ப்பு.

"3. முதலாவது நீங்கள் அறியவேண்டியது என்னவெனில்: கடைசிநாட்களில் பரியாசக்காரர் வந்து, தங்கள் சுயஇச்சைகளின்படியே நடந்து,

4. அவர் வருவார் என்று சொல்லுகிற வாக்குத்தத்தம் எங்கே? பிதாக்கள் நித்திரையடைந்தபின்பு சகலமும் சிருஷ்டிப்பின் தோற்றமுதல் இருந்தவிதமாயிருக்கிறதே என்று சொல்லுவார்கள்.

9. தாமதிக்கிறார் என்று சிலர் எண்ணுகிறபடி, கர்த்தர் தமது வாக்குத்தத்தத்தைக்குறித்துத் தாமதமாயிராமல்; ஒருவரும் கெட்டுப்போகாமல் எல்லாரும் மனந்திரும்பவேண்டுமென்று விரும்பி, நம்மேல் நீடிய பொறுமையுள்ளவராயிருக்கிறார்.

14. ஆகையால், பிரியமானவர்களே, இவைகள் வரக் காத்திருக்கிற நீங்கள் கறையற்றவர்களும் பிழையில்லாதவர்களுமாய்ச் சமாதானத்தோடே அவர் சந்நிதியில் காணப்படும்படி ஜாக்கிரதையாயிருங்கள்.

2 பேதுரு.3:3,4,9,14 ”

“ 22. பின்பு அந்தத் தரித்திரன் மரித்து, தேவதூதரால் ஆபிரகாமுடைய மடியிலே கொண்டுபோய் விடப்பட்டான்; ஐசுவரியவானும் மரித்து அடக்கம்பண்ணப்பட்டான்.

23. பாதாளத்திலே அவன் வேதனைப்படுகிறபோது, தன் கண்களை ஏறெடுத்து, தூரத்திலே ஆபிரகாமையும் அவன் மடியிலே லாசருவையும் கண்டான்.

24. அப்பொழுது அவன்: தகப்பனாகிய ஆபிரகாமே, நீர் எனக்கு இரங்கி, லாசரு தன் விரலின் நுனியைத் தண்ணீரில் தோய்த்து, என் நாவைக் குளிரப்பண்ணும்படி அவனை அனுப்பவேண்டும்; இந்த அக்கினிஜுவாலையில் வேதனைப்படுகிறேனே என்று கூப்பிட்டான்.

லூக்கா.16:22-24 ”

இன்றைக்கே கீழ்ப்படியுங்கள்.

◠◡

31

பிணம்

அவருடைய ஜீவன் உனக்குள் இருக்கும் வரை தான் உனக்கு மரியாதை அந்த ஜீவ சுவாசம் போய் விட்டால் நீ பிணம் தான். இன்று அநேகர் உயிரோடு தான் இருக்கிறோம் என நினைக்கிறார்கள் ஆனால் வசனத்தின் வெளிச்சத்தில் அவர்கள் மரித்தவர்களாகவே இருக்கிறார்-கள். எனவே தான் இயேசு சொல்லுகிறார்,

> "மரித்தோர் தங்கள் மரித்தோரை அடக்கம்பண்ணட்டும், நீ
> என்னைப் பின்பற்றி வா
>
> மத்தேயு.8:22"

இந்த வசனத்தை சற்று நிறுத்தி வாசியுங்கள். உங்களுக்குள் ஒரு கேள்வி எழும்பும். என்ன கேள்வி, மரித்தோர் (செத்தவர்கள்) அவர்களுடைய பிணத்தை எப்படி அடக்கம் பண்ணுவார்கள்? இதில் பிணம் என்பது உலக வாழ்க்கையை முடித்த மரித்தோர். அடக்கம் பண்ணுகிறவர்களோ, ஆவிக்குரிய வாழ்க்கையை இழந்த பிணம்.

எனவே தான் சபையை குறித்து வெளிபடுத்தும் போது யோவான் எழுதுகிறார்,

> "உன் கிரியைகளை அறிந்திருக்கிறேன், நீ உயிருள்ள-
> வனென்று பெயர்கொண்டிருந்தும் செத்தவனாயிருக்கிறாய்.

வெளிப்படுத்தின விசேஷம் 3:1 ''

ஒரு வேளை நீங்கள் நினைக்கலாம் எபேசு சபைக்கு தானே. எனக்கு என்ன என்று, சபையே எல்லாருக்கும் தான் (பெந்தேகோஸ்தே சபை) என்று பெயர் பலகை மாட்டினதும் உனக்குள் ஜீவன் இருக்கிறது என்று நினைக்கிறாயே, உன்னை பார்த்து தான் சொல்லுகிறார்.

"நீ விழித்துக்கொண்டு, சாகிறதற்கேதுவாயிருக்கிறவை-களை ஸ்திரப்படுத்து.

வெளிப்படுத்தின விசேஷம் 3:2 ''

இல்லாவிட்டால் உன் சபை மரித்தோரின் சபையாய் மாறி, உங்கள் ஆராதனைக்கு உரியவன் மரித்தவர்களின் தலைவனாய் மாறிவிடுவான், வாசியுங்கள்.

"தேவன் மரித்தோருக்கு தேவனாயிராமல், ஜீவனுள்ளோ-ருக்கு தேவனாயிருக்கிறார் என்றார்.

மத்தேயு. 22:32 ''

இன்றைக்கு அநேக சபைகள் கிறிஸ்தவ சபை என பெயர் பெற்றும் மரித்தவர்களாலும் - மரித்தவனுடைய தலைவனாகிய பிசாசுக்கும், ஆராதனை செய்வதாலும், ஜீவனுள்ள தேவன் சபைக்கு வெளியே நின்று கதவை தட்டி கொண்டிருக்கிறார். இன்று இந்த சத்தத்தை கேட்-காமல் காதை அடைத்து கொண்டு.. மனசாட்சியை கல்லாக்கி வாழ்-கிறாயோ? நீ தான் பிணம். எனவே தான் வாலிப தீர்க்கன் பிணமாய் கிடக்கிறான். அவன் ஆவிக்குரிய ஓட்டத்தை முடித்திருந்தால், நிச்ச-யமாய் ராஜாவாகிய யெரொபெயாமால், அவன் சேனையை அனுப்பி இராஜமரியாதையோடு அடக்கம் பண்ணப்பட்டிருக்க வேண்டும். இல்லா-விட்டால் யூதேயாவிலுள்ள அவனுடைய உற்றார் உறவினர் வந்து பரி-சுத்த அடக்க ஆராதனை செய்திருக்க வேண்டும் மாறாக "மரித்தோரை மரித்தோர் அடக்கம் பண்ணுவது போல " அடக்கம் பண்ண சேணம்கட்டி வருகிறான். மரித்த கிழட்டு தீர்க்கதரிசி எனக்கு கல்லறையில் துணை-

யாய் இருக்க ஒரு கூட்டாளி கிடைத்து விட்டான் என. இன்று நம்முடைய நிலை இது தான்.

பரலோக இராஜ்ஜியத்தை குறித்த வெளிபாடு இருந்ததோ இல்லையோ - கல்லறையை குறித்து வெளிப்பாடு உண்டு.

இந்த சபை பரலோகத்திற்கு கொண்டு போகாவிட்டாலும் பரவாயில்லை. கல்லறைக்கு கொண்டு சொல்லுமே அது போதும்.

இரண்டு மூன்று மனைவிகள் இருந்து துன்மார்க்கமாய் ஜீவித்தும், வாழ்க்கையின் கசப்பால் தற்கொலை செய்து செத்தாலும் எங்கள் மரித்த கூட்டத்தார் வந்து எருசலேம் என் ஆலயம், ஆசித்த வீடிதே என பாடி, செயலர் சிறப்புரையாற்ற, பெயர் நல்லடக்கம்.

வாலிபத்தீர்க்களை எடுத்து வந்து அடக்கம் செய்த மரித்தோர்களாகிய கிழட்டு தீர்க்கன் தன் பிள்ளைகளை பார்த்து சொன்னது போல, இவன் என் சகோதரன் இரண்டு பேரும் கர்த்தர் பார்வையில் ஒன்று தான். எனவே தான் செத்தாலும் அதே கல்லறையில் என்னையும் அடக்கம் பண்ண வேண்டும் என்னும் கட்டளையையும் (1 இராஜாக்கள்.13:30,31) ஒப்பந்தத்தையும் செய்கிறான்.

இன்றைக்கும் உலகத்தில் கணவன் செத்தால் மனைவி அல்லது, மனைவி செத்தால் கணவன், நாங்கள் உலகத்தில் தான் நிம்மதி இல்லாமல் பிரிந்திருந்தோம், சாவிலாவது கல்லறையில் நெருங்கி இருக்கின்றோம் என முன்பதிவு செய்து இடம் ஒதுக்குதல். அதற்கு ஸ்பெஷல் கட்டணம் வசூலிக்கும் சபைகள்.

வேண்டாம் எருசலேமாகிய பரலோக ராஜாவின் அரண்மனை. என் ஊரிலே மரித்து தகப்பன் கல்லறையில் அடக்கம் பண்ணப்பட்டால் போதும், யோர்தானை கடந்து பரலோகத்துக்கு வந்தால் இந்த கல்லறையின் பாக்கியம் கிடைக்காதே என்ற பர்சிலா போன்ற கூட்டம். (2 சாமுவேல்.19:37)

உங்கள் பொக்கிஷம் எங்கேயோ அங்கே தான் உங்கள் இருதயம் இருக்கும். எனக்கருமையானவர்களே, மேலானவைகளை நாடுங்கள். கல்லறை உங்களுக்கு நிரந்தரம் அல்ல, மரித்தோர் உங்களை ஜீவனுக்கு நேராய் நடத்த முடியாது. இன்றே முடிவு எடுங்கள். ஆகையால் தூங்குகிற நீ மரித்தோரை விட்டு எழும்பு, அப்பொழுது கிறிஸ்து உன்னை பிரகாசிப்பிப்பார்.

❧

32

கழுதை

வேதத்தின் தொடக்கம் முதல் ஆபிரகாம் காலம் தொடங்கி, இயேசு கிறிஸ்துவின் ஊழிய பாதை வழியாய் கழுதை ஒரு முக்கியமான மிரு-கமாகும். அதனுடைய சாந்தகுணம். சகிப்புத்தன்மை, சுமைகளை சுமக்-கும் தன்மை எல்லாமே இன்றைய விசுவாசத்திற்கு கண்டிப்பாய் தேவை. எனவே தான் இந்த அத்தியாயத்திலே, நான் இந்த கழுதையை நியா-யந்தீர்த்து விட்டு நிற்கும் சிங்கமாகிய யூதா கோத்திரத்து இராஜசிங்கம் முன் தைரியமாய் நிற்கும் நீதிமானுக்கு நிழலாட்டமாய் எழுதுகிறேன்.

நீயும் கழுதையை போன்ற குண நலன்களோடு விசுவாச ஓட்டத்தை ஓடினால் நீதிமானாய் கர்த்தருடைய இராஜ்ஜியத்தை சுதந்தரிப்பாய். இராஜதி ராஜாவை தைரியமாய் சந்திப்பாய், உன்னால் சுமக்கப்பட்டவன், உன்னை இரட்சிப்பிற்குள் வழிநடத்தியவன் கூட நியாயத்தீர்ப்பு நாளியே ராஜாவிற்கு முன்பாக நிற்க கூடாத படிக்கு பிணமாய் கிடக்கும் போது நீயோ! ராஜாவிற்கு முன்பாக தைரியயாய் நின்று அவனுடைய முடிவை பார்ப்பாய். இதுவரை நான் தான் உன் ஆவிக்குரிய தகப்பன், நான் சொல்வதை தான் நீ கேட்க வேண்டும். முதல் தரமானவைகளும் தசம-பாகங்களும் பந்தியில் முதல் தரமான இடமும் எனக்கு தான் என்று உன் மேல் சுமப்பதற்குரிய சுமைகளை ஏற்றி, தானும் ஏறி சவாரி செய்தான். (மத்தேயு 23:4) நீயோ கழுதையை போல், பிலேயாமின் கழுதையை போல அடிபட்டும் அடக்கி கொண்டு கிறிஸ்துவிற்காய் கனி கொடுக்க வேண்டும், என்று நீடிய பொறுமையையும் சாந்தத்தையும், தயவையும் காண்பித்து சென்றாய் அல்லவா இப்பொழுது நீ பார்ப்பது தான் முடிவு.

நீ காண்பித்த ஒவ்வொரு கிரியைக்கும் முடிவு உண்டு.

நிசசயமாக முடிவு உண்டு அது தாமதிக்காது. நீ நன்மை செய்தால் உனக்கு மேன்மை உண்டு அல்லவா? ஏனென்றால் நம்மை நியாயம் தீர்க்க வரப்போகிறவர் பட்டசபாதமில்லாதவர் (1 பேதுரு.1:17).

அவர் அன்பின் சொரூபி அல்லவா, அநேகர் நினைப்பது தேவன் அன்பாகவே இருக்கிறார் என்று. இதோ அவர் உன்னை நியாயந்தீர்க்க ஆரவாரத்தோடு, தூதர்கள் கூட்டத்தோடும் வருகிறார்(2 பேதுரு.3:10,11; யூதா.1:14,15). அதுவரை உலகத்தில் தீவிரமாய் பேசியவர்கள், நீதிமான்- களை ஒடுக்கினவர்கள், நீதிமான் என்னும் போர்வையை போர்த்தி நடித்- தவர்கள், கிரியைகளில் நிறைவில்லதாவர்கள், உலகத்திலே வாய் தான் எங்கள் முதலீடு என வாய் ஜாலம் அடித்தும், வயிறு தான் எங்கள் தேவன் என்று வாழ்ந்தவர்களும், ராஜாவிற்கு முன்பாக பினாமாய் கிடப்- பார்கள். பேச்சும் இருக்காது, மூச்சும் இருக்காது வாசித்து பாருங்கள்.

> "11. விருந்தாளிகளைப் பார்க்கும்படி ராஜா உள்ளே பிர- வேசித்தபோது, கலியாண வஸ்திரம் தரித்திராத ஒரு மனு- ஷனை அங்கே கண்டு:
>
> 12. சிநேகிதனே, நீ கலியாண வஸ்திரமில்லாதவனாய் இங்கே எப்படி வந்தாய் என்று கேட்டார்; அதற்கு அவன் பேசாமலிருந்தான்.
>
> 13. அப்பொழுது, ராஜா பணிவிடைக்காரரை நோக்கி: இவனைக் கையுங்காலும் கட்டிக் கொண்டுபோய், அழு- கையும் பற்கடிப்பும் உண்டாயிருக்கிற புறம்பான இருளிலே போடுங்கள் என்றான்.
>
> 14. அந்தப்படியே, அழைக்கப்பட்டவர்கள் அநேகர், தெரிந்- துகொள்ளப்பட்டவர்களோ சிலர் என்றார்.
>
> மத்தேயு.22:11-14"

மேற்கூறிய பரலோக ராஜ்ய உவமையிலே, ராஜா விருந்தாளிகளை பார்க்கும் படி உள்ளே பிரவேசிக்கிறார். இராஜாவின் கண்ணுக்கு யாரும் தப்பவே முடியாதே! இந்த படைக்கு தான் தனி சீருடை இருக்கிறதே! இரட்சிப்பின் வஸ்திரம், துதியாகிய வஸ்திரம், நீதியாகிய சால்வை மட்-

டுமல்லாமல் கல்லியாணத்தில் சந்தோஷப்பட்டு களிக்கும்படிக்கு அவரு-டைய மனைவி ஆயத்தமாயிருந்தாள். பரிசுத்தவான்களுடைய நீதியாகிய வஸ்திரம் தரிக்கப்பட்டிருந்தது என்னும் வசனப்படி வஸ்திரம் தரித்திருந்-தார்கள் (வெளிப்படுத்தின விசேஷம்.19:7,8).

உலகத்தில் கழுதையை போல எண்ணப்பட்டவர்கள் வஸ்திரத்தோ-டும், சந்தோஷத்தோடும், ஆரவாரத்தோடும் சொல்லுகிறார்கள், நாம் சந்தோஷட்ட்டு களிகூர்ந்து அவருக்கு துதி செலுத்தக்கடவோம். ஆட்டு குட்டியானவருடைய கலியாணம் வந்து விட்டதே! என்று ஆர்ப்பரிக்கி-றார்கள்.

ஆனாலும் ஒரு மனுஷன் (கூட்டத்தார்) உள்ளே மவுனமாய் சோகத்தோடு, துக்க வீட்டில் இருப்பது போல, மேற்கூறிய கல்யாண வஸ்திரமும் தரியாமல் இருக்கிறான். அவன் பக்கத்தில் ஆரவாரித்து கொண்டிருந்தவர்கள் நினைக்கிறார்கள் ஐயோ இந்த மனிதன் உலகத்-திலே எவ்வளவு சந்தோஷமாய் இருந்தான் சம்பூரணமாய் வாழ்ந்தான். மினுக்கான இரத்தாம்பரம் உடுத்தியிருந்தான். அமைச்சர் வீட்டு கல்-யாணத்திற்கே தோரணம் கட்டினான். ஆனால் ஆட்டுக்குட்டியானவர் கலியாணத்தில் தோரணை இல்லாமல் இருக்கிறானே. இவன் வந்தால் தான் கலியாணமே நடத்துவேன் என்று இராகுகாலம் முடிவதற்குள் வந்து விடமாட்டாரா என ஏங்கி தவித்து முடித்து வைத்த கல்யாணம் தான் எத்தனை. அன்றைக்கு கோட் சூட் எல்லாம் போட்டு முதல் தரமான கொழுத்ததை சாப்பிட்டு ராஜா சிம்மாசனம் போன்ற அரியணையில் உட்கார்ந்து படைசூழ கலியாணத்தை நடத்தினவர் இன்று கிழிந்த கந்-தலோடு அநாதையாய் இருக்கிறாரே என நினைத்திருப்பார்கள். முடிவு தான் என்ன?

கவனியுங்கள். இராஜா வருகிறார். எல்லாரும் மகிழ்ச்சி வெள்ளத்தில் துதித்தார்கள். வஸ்திரம் இல்லாதவன் நினைக்கிறான். இதுவரை உலகத்-தில் என்னை பார்த்துதான் ஆரவாரித்தார்கள். துதித்தார்கள். பொய்யான புகழ்ச்சியை மாலையாக எனக்கு தான் சூட்டினார்கள். நான் தான் யாரையும் என் வாயினால் துதித்ததே கிடையாதே என மவுனமாய் இருந்தான்.

இராஜா அவன் கிட்ட போய் கல்யாண வஸ்திரம் இல்லாமல் இங்கே எப்படி வந்தாய் என்று கேட்டார். அதற்கு அவன் பேசராமலிருந்-தான். நன்றாக கவனியுங்கள். உலகத்திலே எந்த கேள்விக்கும் எவ்வளவு

பெரிய நீதிபதியையும் சம்மாளித்திருப்பான். வாழ்க்கை முழுவதையும் தன்னுடைய வாயின் வார்த்தையால் சாதித்ததை சொல்லியே காலத்தை முடித்திருப்பான். ஆனால் நீதியுள்ள நியாாதிபதிக்கு முன்பாக, ஒன்றும் பேசமுடியாமல் இருக்கிறான். நடந்தது என்ன தெரியுமா? பரலோக இரா- ஜ்ஜிய இராணுவத்திற்கு போக வாருங்கள் என்ற அழைப்பை கேட்டு ஆயத்தம் இல்லாமல் வந்துவிட்டால் குறுக்கு வழியில் உலக ஞானத்- தால் கல்யாண சாலை வரை வந்து விட்டு, பணியில் அமர்ந்து நித்திய சந்தோஷத்தை அனுபவிக்க தகுதியிழந்து அந்தோ பரிதாபம். கையும் காலும் கட்டபட்டவனாய் அழுகையும் பற்கடிப்பும் நிறைந்த நித்திய அக்கினிக்கு அனுப்பப்பட்டு விட்டான். கழுதையை போன்றவர்களோ இராஜாவோடு கூட தைரியமாய் துதித்துபாடி மகிழ்ந்து (1 இராஜாக்- கள்.13:26) சொன்னபடி அந்த சிங்கம் பிரேதமாகிய வாலிப (வழிவி- லகிய யாவரையும்) தீர்க்கதரிசியை முறித்தது போல யூத இராஜசிங்கம் நித்திய அக்கினிக்கு பாவிகளை அனுப்பிவிட்டு கழுதையை போன்றவர்- கள் யூத இராஜாவிற்கு முன் இராணுவ வஸ்திரத்தோடு கூட பணி உத்- தரவு நகலோடு பரலோக ராஜ்ஜிய சிங்காசன பணிக்காக கடந்து போகி- றார்கள். ஆமென்....!!!